SÁCH NẤU ẨM THỰC BIỂN

CÔNG THỨC TÔM HÙM, TÔM, CÁ HỒI VÀ CÁ HỒI NGON

Liên Thanh

MỤC LỤC

GIỚI THIỆU

Có rất ít thứ trong cuộc sống có hương vị thơm ngon và thần thánh trên đầu lưỡi của bạn như một con tôm hùm, món tôm hoặc đĩa cá ngừ được nấu chín hoặc chế biến một cách chuyên nghiệp. Nếu bạn chưa bao giờ biết hương vị của cua hay hải sản tan chảy trong miệng, thì cuốn sách này là dành cho bạn!

Có rất nhiều cách ngon để kết hợp hải sản vào việc chuẩn bị bữa ăn của bạn. Đó là một cách lành mạnh và ngon miệng để ăn protein nạc, làm no và là xương sống của chế độ ăn Địa Trung Hải.

Các công thức nấu ăn dưới đây bao gồm cá hồi, tôm, sò điệp, bạch tuộc và cá tuyết chấm đen. Mỗi công thức đều tương đối dễ làm và đầy hương vị lạ thường. Có một chút gì đó cho tất cả mọi người, từ cơm chiên tôm đến cá hồi sốt xì dầu cho đến sò điệp áp chảo hoàn hảo

TÔM

1. Tôm hùm Thermidor với sốt Newburg

Thành phần
Nước xốt
- 3 muỗng canh bơ
- 1 cốc nước nghêu
- 1/4 đến 1/2 cốc sữa
- 1/2 muỗng cà phê ớt bột
- Chút muối
- 3 muỗng canh sherry
- 2 muỗng canh bột mì đa dụng
- 4 muỗng canh kem nhẹ

tôm
- 5 ounces thịt tôm hùm, cắt thành khối 1-inch
- 1 muỗng canh pimentos thái nhỏ
- 1/2 chén nấm thái lát dày
- 1 muỗng canh hẹ xắt nhỏ
- Bơ để xào
- 1 muỗng canh rượu sherry

nước sốt Newburg
- 1/2 đến 1 chén phô mai Cheddar bào
- Làm nóng lò ở 350 độ F.

Hướng

a) Làm tan chảy bơ trên ngọn lửa vừa thấp. Khi tan chảy hoàn toàn, thêm ớt bột và khuấy trong 2 phút. Thêm bột vào bơ và khuấy trong 2 đến 3 phút để nấu roux. Khuấy liên tục để tránh bị cháy. Thêm nước ngao và khuấy cho đến khi bắt đầu đặc lại. Thêm 1/4 cốc sữa, kem nhẹ và rượu sherry. Đun nhỏ lửa trong 5 phút và nếu cần, thêm 1/4 cốc sữa còn lại.

b) Trên lửa vừa, làm tan chảy đủ bơ để phủ nhẹ đáy chảo áp chảo lớn, nặng. Cho tôm hùm, hẹ, ớt và nấm vào chảo và đảo đều trong 3 đến 4 phút. Tăng nhiệt lên cao và thêm rượu sherry để khử men chảo. Hãy cẩn thận vì sherry có thể bốc cháy khi cồn cháy hết.

c) Khuấy trong 4 ounce nước sốt Newburg và khuấy trong 1 phút. Đổ vào một cái soong phục vụ duy nhất và rắc pho mát. Nướng khoảng 5 phút hoặc cho đến khi phô mai tan chảy và sủi bọt.

2.   cuộn tôm hùm Maine

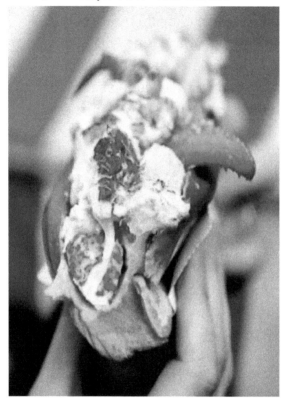

Thành phần

- Bốn con tôm hùm 1 đến 1 1/4 pound
- 1/4 chén cộng với 2 muỗng canh sốt mayonnaise
- Muối và hạt tiêu mới xay
- 1/4 chén cần tây thái hạt lựu
- 2 thìa nước cốt chanh tươi
- Một nhúm ớt cayenne
- 4 cái bánh mì xúc xích
- 2 muỗng canh bơ không ướp muối, tan chảy
- 1/2 chén rau diếp Boston xắt nhỏ

Hướng

a) Chuẩn bị một bồn nước đá lớn. Trong một nồi nước muối sôi rất lớn, nấu tôm hùm cho đến khi chúng chuyển sang màu đỏ tươi, khoảng 10 phút. Dùng kẹp nhúng tôm hùm vào thau nước đá trong 2 phút, sau đó để ráo nước.

b) Xoắn đuôi tôm hùm và móng vuốt và loại bỏ thịt. Loại bỏ và loại bỏ tĩnh mạch ruột chạy dọc theo chiều dài của mỗi đuôi tôm hùm. Cắt thịt tôm hùm thành từng miếng 1/2 inch và thấm khô, sau đó chuyển sang rây lọc đặt trên bát và cho vào tủ lạnh cho đến khi rất lạnh, ít nhất 1 giờ

c) Trong một bát lớn, trộn thịt tôm hùm với sốt mayonnaise và nêm muối và hạt tiêu. Cho cần tây thái hạt lựu, nước cốt chanh và ớt cayenne vào cho đến khi trộn đều.

d) Đun nóng chảo lớn. Chải các mặt của bánh mì xúc xích với bơ tan chảy và nướng bánh mì ở nhiệt độ vừa phải cho đến khi vàng nâu cả hai mặt. Chuyển bánh mì xúc xích ra đĩa, cho rau diếp thái nhỏ và salad tôm hùm lên trên và dùng ngay.

3. Tôm hùm nhồi bông

Thành phần

- 6 (1 pound) đuôi tôm hùm đông lạnh
- 10 muỗng canh bơ, tan chảy
- 1 chén nấm tươi thái lát
- 4 muỗng canh bột mì
- 1 muỗng cà phê mù tạt khô
- 2 dấu gạch ngang hạt nhục đậu khấu
- 2 lát ớt cayenne
- 1 muỗng cà phê muối
- 1 cốc sữa
- 1 cốc rưỡi rưỡi
- 2 lòng đỏ trứng, đánh nhẹ
- 1 thìa cà phê nước cốt chanh
- 2 muỗng canh rượu sherry
- 1/2 chén vụn bánh mì mịn
- 2 muỗng canh phô mai Parmesan bào

Hướng

a) Làm nóng lò ở 450 độ F.

b) Đặt đuôi tôm hùm vào nồi nước sôi lớn và đậy nắp. Nấu cho đến khi mềm, khoảng 20 phút; làm khô hạn.

c) Cắt đôi mỗi đuôi theo chiều dọc và thái hạt lựu thịt tôm hùm. Đặt đuôi tôm hùm rỗng sang một bên.

d) Đổ 1/4 cốc bơ vào chảo; thêm nấm và xào cho đến khi hơi nâu. Trộn bột và trộn gia vị. Thêm từ từ sữa và rưỡi sữa vào hỗn hợp, khuấy liên tục cho đến khi đặc. Thêm một lượng nhỏ hỗn hợp nóng vào lòng đỏ trứng, khuấy liên tục; sau đó cho hỗn hợp lòng đỏ trứng trở lại sốt kem, khuấy liên tục và nấu cho đến khi đặc lại. Khuấy nước cốt chanh, rượu sherry và thịt tôm hùm; thìa vào vỏ tôm hùm. Kết hợp vụn bánh mì, phô mai Parmesan và bơ còn lại; rắc lên đuôi tôm hùm nhồi bông. Đặt trên tấm cookie và nướng ở 400 độ F trong 15 phút.

Máy chủ 6.

4. Tôm hùm với vani

Thành phần

- Sống 1 1/2 pound tôm hùm mỗi người
- 1 củ hành tây
- 1 tép tỏi
- Cà chua, gọt vỏ và thái nhỏ
- Một ít rượu hoặc cá kho
- Bơ
- rượu sherry
- Tinh dầu vanilla
- ớt cayenne

Hướng

a) Cắt tôm hùm làm đôi. Bẻ móng vuốt và cắt đuôi qua các khớp. Đun chảy một ít bơ trong chảo nặng, xào hành và tỏi nhẹ nhàng. Thêm các miếng tôm hùm và nấu cho đến khi chúng chuyển sang màu đỏ, trước khi lấy chúng ra nơi ấm áp.

b) Bây giờ hãy tăng nhiệt và thêm phần còn lại của các thành phần, ngoại trừ vani, bơ và ớt cayenne. Cắt nhỏ cà chua cho đến khi chúng sủi bọt, sau đó vặn nhỏ lửa và thêm từng chút bơ vào và khuấy đều để nước sốt không bị tách lớp.

c) Cuối cùng, thêm nửa thìa cà phê vani và một ít ớt cayenne. Đổ sốt lên tôm hùm và dùng với cơm.

TÔM

5.   tôm nướng cay

Máy chủ 6

Thành phần

- 1/3 chén dầu ô liu
- 1/4 chén dầu mè
- 1/4 chén mùi tây tươi xắt nhỏ
- 3 muỗng canh sốt BBQ Chipotle cay
- 1 muỗng canh tỏi băm
- 1 muỗng canh Sốt Chile Châu Á 1 muỗng cà phê muối
- 1 muỗng cà phê tiêu đen
- 3 muỗng canh nước cốt chanh
- 2 lạng. tôm lớn, bóc vỏ và bỏ chỉ
- 12 xiên gỗ ngâm nước
- cọ xát

Hướng

a) Đánh đều dầu ô liu, dầu mè, mùi tây, sốt BBQ Chipotle cay, tỏi băm, sốt Chile, muối, hạt tiêu và nước cốt chanh trong một bát trộn. Dành khoảng 1/3 nước xốt này để sử dụng trong khi nướng.

b) Đặt tôm vào một túi nhựa lớn, có thể bịt kín lại. Đổ nước xốt còn lại vào và đóng túi. Làm lạnh trong 2 giờ. Làm nóng sơ bộ Lò nướng Good-One® ở nhiệt độ cao. Xiên tôm vào xiên, đâm một lần ở gần đuôi và một lần ở gần đầu. Bỏ nước xốt.

c) Vỉ nướng dầu nhẹ. Nướng tôm trong 2 phút mỗi mặt cho đến khi có màu đục, thường xuyên phết nước xốt dành riêng

6.   tôm càng nướng

Máy chủ 4

Thành phần

- 2 lạng. tôm jumbo bóc vỏ và rút chỉ ¾ chén dầu ô liu
- 2 muỗng canh nước cốt chanh tươi 2 chén húng quế tươi xắt nhỏ
- 2 tép tỏi, nghiền nát
- 1 muỗng canh mùi tây xắt nhỏ 1 muỗng cà phê muối
- ½ muỗng cà phê oregano
- ½ muỗng cà phê tiêu đen mới xay

Hướng

a) Xếp tôm thành một lớp trong đĩa thủy tinh hoặc gốm cạn.

b) Trong một bộ xử lý thực phẩm, trộn dầu ô liu với nước cốt chanh.

c) Che và làm lạnh trong 2 giờ. Khuấy tôm 4 đến 5 lần trong quá trình ướp.

d) Chuẩn bị vỉ nướng.

e) Tra dầu nhẹ vào vỉ nướng.

f) Đặt tôm lên giá đã thoa dầu (có thể xiên que nếu muốn) trên than nóng và nướng mỗi bên từ

3 đến 5 phút cho đến khi hơi cháy và chín. Đừng nấu quá chín.

g) Phục vụ ngay lập tức.

7.   tôm cuộn

Khẩu phần 4 (phần khai vị)

Thành phần

- ½ muỗng canh nước sốt nóng
- 1 muỗng canh mù tạt kiểu Dijon 3 muỗng canh bia
- ½ pound tôm lớn, bóc vỏ và bỏ chỉ
- 3 lát thịt xông khói, cắt dọc thành 12 dải
- 2 muỗng canh đường nâu nhạt

Hướng

a) Kết hợp nước sốt nóng, mù tạt và bia trong bát trộn.

b) Thêm tôm và trộn đều. Làm lạnh ít nhất 2 giờ. Để ráo và dự trữ nước xốt. Quấn từng con tôm bằng một dải thịt xông khói.

c) Xiên 3 con tôm vào 4 xiên đôi. Đặt các tờ rơi vào một cái bát nông và đổ nước xốt đã để sẵn vào. Rắc tôm với đường. Làm lạnh ít nhất 1 giờ

d) Chuẩn bị Good-One Grill. Đặt các vỉ nướng lên vỉ nướng, đổ nước xốt lên trên và đóng nắp lại. Nấu trong 4 phút, sau đó lật chúng lại, đóng nắp và nấu trong 4 phút.

e) Phục vụ ngay lập tức

8. gói tôm

Thành phần

- 4 lạng. Tôm lớn
- 1 chén bơ hoặc bơ thực vật
- 1 tép tỏi lớn, băm nhỏ
- 1/2 muỗng cà phê tiêu đen
- 1 muỗng cà phê muối
- 1 chén rau mùi tây, băm nhỏ

Hướng

a) Lột vỏ và làm sạch tôm

b) Kem bơ; thêm các thành phần còn lại vào bơ và trộn đều. Cắt 6 dải (9 inch) giấy nhôm dày. Sau đó cắt từng dải làm đôi. Chia đều tôm trên từng miếng giấy bạc. Cho 1/12 hỗn hợp bơ lên trên mỗi miếng, bọc giấy bạc xung quanh tôm; xoắn chặt để bịt kín. Đặt các gói tôm trên than hồng. Nấu 5 phút.

Làm 12 gói

9.   tôm húng quế

Thành phần

- 2 1/2 muỗng canh dầu ô liu
- 1/4 chén bơ, tan chảy
- 1/2 quả chanh, vắt lấy nước
- muỗng canh mù tạt hạt thô
- ounce húng quế tươi băm nhỏ
- tép tỏi, băm nhỏ
- muối để hương vị
- 1 nhúm tiêu trắng
- 3 pound tôm tươi, bóc vỏ và bỏ chỉ

Hướng

a) Trong một đĩa hoặc bát nông, không xốp, trộn dầu ô liu và bơ tan chảy với nhau. Sau đó cho nước cốt chanh, mù tạt, húng quế và tỏi vào khuấy đều, nêm muối và tiêu trắng. Thêm tôm và quăng lên áo khoác. Đậy nắp và đặt trong tủ lạnh hoặc ngăn mát trong 1 giờ. Làm nóng lò nướng ở nhiệt độ cao.

b) Lấy tôm ra khỏi nước xốt và xiên vào xiên. Phết dầu nhẹ, xếp xiên lên vỉ nướng. Nấu trong 4 phút, quay một lần, cho đến khi hoàn thành.

10.   tôm bọc thịt xông khói nướng

Thành phần

- 1 lb tôm lớn
- thịt xông khói lát, cắt 1/2
- phô mai jack tiêu

Hướng

a) Tôm rửa sạch, bóc vỏ, bỏ chỉ. Rạch lưng từng con tôm. Đặt một lát phô mai nhỏ vào khe và bọc bằng một miếng thịt xông khói. Dùng tăm để giữ lại với nhau.

b) Nấu trên vỉ nướng cho đến khi thịt xông khói hơi giòn. Điều này là ngon và dễ dàng!

11. Tôm nướng

Thành phần

- 1 pound tôm cỡ vừa
- 3-4 muỗng canh dầu ô liu
- 2 muỗng canh "Old Bay Seasoning"

Hướng

a) Tôm bóc vỏ, bỏ chỉ, chừa đuôi. Cho tất cả nguyên liệu vào túi zip lock và lắc đều. Điều này có thể ướp 5 phút hoặc vài giờ.

b) Đặt tôm lên một "chảo nướng" (có lỗ để tôm không lọt vào giữa các vỉ nướng) và nướng lửa vừa trong vài phút. rất cay

phục vụ 2

12. Nướng tôm Alabama

Thành phần

- 1 chén bơ hoặc bơ thực vật, tan chảy
- 3/4 cốc nước cốt chanh
- 3/4 chén nước sốt Worrouershire
- 1 thìa muối
- 1 muỗng canh tiêu xay thô
- 1 muỗng cà phê hương thảo khô
- 1/8 muỗng cà phê ớt đỏ xay
- 1 muỗng canh nước sốt nóng
- 3 tép tỏi, băm nhỏ
- 2 1/2 pound tôm lớn hoặc tôm lớn chưa gọt vỏ
- 2 quả chanh, thái lát mỏng
- 1 củ hành vừa, thái lát mỏng
- cành hương thảo tươi

Hướng

a) Kết hợp 9 thành phần đầu tiên trong một bát nhỏ; để qua một bên.

b) Xả sạch tôm bằng nước lạnh; thoát nước tốt. Xếp tôm, lát chanh và lát hành tây vào đĩa nướng 13 x 9 x 2 inch không quét dầu mỡ. Đổ hỗn hợp bơ lên tôm. Nướng không đậy nắp, ở nhiệt độ 400 độ F trong 20 đến 25 phút hoặc cho đến khi tôm chuyển sang màu hồng, thỉnh thoảng phết nước trong chảo. Trang trí với nhánh hương thảo tươi.

13. Hầu như tôm Paesano

Thành phần

- Tôm
- 1 quả trứng
- 1 cốc sữa
- Muối và hạt tiêu cho vừa ăn
- 1 pound tôm cực lớn, bóc vỏ và bỏ chỉ, chừa đuôi
- 1/2 chén bột mì đa dụng
- Dầu thực vật

Hướng

a) Trong một bát nông, kết hợp trứng, sữa, muối và hạt tiêu. Nhúng tôm vào hỗn hợp, sau đó nhúng nhẹ qua bột mì.

b) Đun nóng dầu trong chảo xào cho đến khi nóng, sau đó cho tôm từ 4 đến 6 con vào một lúc, đảm bảo tôm có nhiều chỗ để nấu. (Điều quan trọng là tôm không được ở gần nhau hoặc chạm vào nhau.) Nướng vàng một mặt, sau đó lật lại và rán vàng mặt kia. Nấu cho đến khi chín hoặc đặt khay nướng vào lò nướng 350 độ F đã làm nóng trước để nấu xong. Trong khi đó, chuẩn bị nước sốt.

14. Risotto đậu và tôm

Thành phần

- 1 ½ chén hành tây, xắt nhỏ
- 1 lb. tôm bóc vỏ, rút chỉ
- 4 tép tỏi, băm nhỏ
- 1 chén đậu Hà Lan
- 1 TBS dầu ô liu
- 1 lon đậu tây hoặc ½ chén nấu chín
- 3 đến 4oz. nấm, thái lát
- đậu thận đóng gói khô, rửa sạch,
- 1 ½ chén gạo Arborio, để ráo nước
- 3 lon nước dùng gà giảm natri không béo
- 1 quả cà chua vừa, xắt nhỏ
- tách phô mai Parmesan hoặc Asiago
- Muối và hạt tiêu cho vừa ăn

Hướng

a) Xào hành tây, tỏi và nấm trong dầu trong chảo lớn cho đến khi mềm, 5 đến 8 phút.

b) Cho gạo vào khuấy đều và nấu từ 2 đến 3 phút.

c) Đun nước dùng đến sôi trong nồi vừa; giảm nhiệt xuống thấp. Thêm 1 chén nước dùng vào gạo và nấu, khuấy liên tục, cho đến khi nước dùng được hấp thụ, 1 đến 2 phút. Từ từ thêm 2 chén nước dùng và đun nhỏ lửa, khuấy cho đến khi nước dùng được hấp thụ.

d) Thêm tôm, đậu Hà Lan và nước dùng còn lại vào nồi. Nấu, khuấy thường xuyên, cho đến khi gạo vừa mềm và chất lỏng được hấp thụ, từ 5 đến 10 phút.

e) Thêm đậu và cà chua; nấu lâu hơn từ 2 đến 3 phút. Khuấy phô mai; nêm nếm với muối và hạt tiêu.

15. Bia-Tôm nướng

Thành phần

- 3/4 cốc bia
- 3 muỗng canh dầu thực vật
- 2 muỗng canh rau mùi tây
- 4 muỗng cà phê nước sốt Worrouershire
- 1 tép tỏi, băm nhỏ
- 1/2 thìa cà phê muối
- 1/8 muỗng cà phê tiêu
- 2 pound tôm lớn, không vỏ

Hướng

a) Kết hợp dầu, rau mùi tây, sốt Worrouershire, tỏi, muối và hạt tiêu. Thêm tôm; khuấy đều. Che phủ; để yên ở nhiệt độ phòng trong 1 giờ.

b) Để ráo nước, để dành ướp. Đặt tôm lên giá gà thịt đã được bôi mỡ; nướng cách nhiệt từ 4 đến 5 inch trong 4 phút. Xoay; chải với nước xốt. Nướng thêm 2 đến 4 phút hoặc cho đến khi có màu hồng sáng.

Làm cho 6 phần ăn

16.   tôm vịnh luộc

Thành phần

- 1 gallon nước
- 3 lạng thịt cua
- 2 quả chanh, thái lát
- 6 hạt tiêu
- 2 lá nguyệt quế
- 5 pound tôm sống còn vỏ

Hướng

a) Đun nước sôi với nước luộc cua, chanh, hạt tiêu và lá nguyệt quế. Thả tôm vào.

b) Khi nước sôi trở lại, nấu tôm lớn hoặc tôm lớn trong 12 đến 13 phút và tôm vừa trong 7 đến 8 phút. Tắt bếp và thêm 1 lít nước đá. Hãy ngồi trong 10 phút. Làm khô hạn.

17. nước sốt rémoulade

Thành phần

- 1/2 muỗng canh mù tạt Creole hoặc hơn
- 2 muỗng canh hành tây xay
- 1 ít sốt mayonnaise
- 1/4 chén cải ngựa hoặc hơn
- 1/2 chén hẹ xắt nhỏ
- 1/4 muỗng cà phê muối
- 1 thìa nước cốt chanh
- 1/4 muỗng cà phê tiêu

Hướng

a) Trộn tất cả các thành phần. Phục vụ tôm luộc nguội cho món chính rémoulade tôm hoặc dùng làm nước chấm cho tôm luộc. Nước sốt là tốt nhất sau 24 giờ.

b) Làm 2 1/4 chén nước sốt.

18. Cá Sấu California

Thành phần

- 1 pound bơ, làm rõ
- 1 muỗng canh tỏi băm
- 1 muỗng cà phê muối
- 1 thìa cà phê tiêu
- 1 1/2 pound tôm lớn, bóc vỏ và bỏ gân

Hướng

a) Đun nóng 3 muỗng canh bơ trong chảo lớn.
   Thêm tỏi và xào. Thêm muối và hạt tiêu và tôm,
   có thể phết bơ nếu muốn. Xào cho đến khi tôm
   đổi màu và mềm. Thêm bơ còn lại và đun nóng.
   Cho tôm ra đĩa, phết bơ nóng lên trên.

b) Làm từ 4 đến 6 phần ăn

c)

19.   Tôm sâm banh và mì ống

Thành phần

- 8 ounce mì sợi tóc thiên thần
- 1 muỗng canh dầu ô liu siêu nguyên chất
- 1 chén nấm tươi thái lát
- 1 pound tôm vừa, bóc vỏ và bỏ chỉ
- 1-1/2 chén rượu sâm banh
- 1/4 muỗng cà phê muối
- 2 muỗng canh hẹ băm nhỏ
- 2 quả cà chua mận, thái hạt lựu
- 1 chén kem nặng
- Muối và hạt tiêu cho vừa ăn
- 3 muỗng canh mùi tây tươi xắt nhỏ
- phô mai Parmesan mới bào

Hướng

a) Đun sôi một nồi lớn nước muối nhẹ. Nấu mì ống trong nước sôi từ 6 đến 8 phút hoặc cho đến khi chín; làm khô hạn. Trong khi đó, đun nóng dầu trên lửa vừa-cao trong chảo rán lớn. Nấu và khuấy nấm trong dầu cho đến khi mềm. Vớt nấm ra khỏi chảo, để sang một bên.

b) Kết hợp tôm, rượu sâm banh và muối trong chảo và nấu ở nhiệt độ cao. Khi chất lỏng bắt đầu sôi, vớt tôm ra khỏi chảo. Thêm hẹ và cà chua vào sâm panh; đun sôi cho đến khi chất lỏng giảm xuống còn 1/2 cốc, khoảng 8 phút. Khuấy 3/4 cốc kem; đun sôi cho đến khi hơi đặc, khoảng 1 đến 2 phút. Cho tôm và nấm vào sốt, đun nóng.

c) Điều chỉnh gia vị cho vừa ăn. Quăng mì ống nóng, nấu chín với 1/4 cốc kem và rau mùi tây còn lại. Để phục vụ, dùng thìa phết tôm với nước sốt lên mì ống và phủ phô mai Parmesan lên trên.

20. Tôm dừa với thạch Jalapeño

Thành phần

- 3 chén dừa vụn
- 12 (16–20 hoặc 26–30) tôm, bóc vỏ và rút chỉ
- 1 chén bột mì
- 2 quả trứng, đánh tan
- Dầu thực vật

Hướng

a) Nướng nhẹ dừa trên khay nướng bánh quy trong lò nướng ở nhiệt độ 350 độ F trong 8 đến 10 phút.

b) Cắt bướm từng con tôm bằng cách chẻ dọc xuống giữa, cắt 3/4 đường đi. Lăn tôm qua bột mì rồi nhúng qua trứng. Cho dừa vụn vào tôm rồi chiên trong dầu thực vật 350 độ F cho đến khi có màu vàng nâu.

c) Ăn kèm với thạch Jalapeño.

21. Tôm Tempura dừa

Thành phần

- 2/3 chén bột mì
- 1/2 chén bột bắp
- 1 quả trứng lớn, bị đánh đập
- 1 chén dừa tươi nạo
- 1 cốc nước soda đá lạnh
- Muối ăn
- 1 pound tôm lớn, bóc vỏ, bỏ chỉ và đuôi
- Gia vị Creole
- 1 lọ tương ớt xoài
- 1 cây chuối
- 1 muỗng canh rau mùi, thái nhỏ

Hướng

a) Làm nóng trước nồi chiên.

b) Trong một bát trộn cỡ trung bình, kết hợp bột mì, bột bắp, trứng, dừa và nước soda. Trộn đều để tạo thành một hỗn hợp mịn. Mùa muối. Nêm tôm với gia vị Creole. Giữ đuôi tôm, nhúng vào bột, phủ hoàn toàn và giữ bỏ phần thừa. Chiên từng mẻ tôm cho đến khi vàng nâu, khoảng 4 đến 6 phút. Vớt ra để ráo trên khăn giấy. Nêm gia vị Creole.

c) Gọt vỏ chuối. Xắt chuối mỏng, theo chiều dọc. Chiên chúng cho đến khi vàng nâu. Vớt ra để ráo trên khăn giấy. Nêm gia vị Creole.

d) Cho một ít tương ớt xoài vào giữa mỗi đĩa. Xếp tôm xung quanh tương ớt. Trang trí với chuối chiên và rau mùi.

22. Cornsicles với tôm và Oregano

Thành phần

- 6 bắp ngô
- 1 muỗng cà phê muối
- 1/4 muỗng cà phê tiêu trắng
- 1 muỗng canh oregano Mexico tươi xắt nhỏ hoặc
- 1 muỗng cà phê oregano Mexico khô
- 12 con tôm vừa
- 24 que kem

Hướng

a) Lột vỏ, bỏ chỉ và thái hạt lựu tôm. Cắt ngô và loại bỏ vỏ trấu và lụa. Lưu và rửa sạch trấu lớn hơn. Cắt hạt ngô từ lõi ngô, cạo càng nhiều sữa càng tốt. Xay hạt bằng máy xay thịt có lưỡi sắc. Thêm muối, tiêu trắng, oregano và tôm. Trộn đều.

b) Làm nóng lò ở 325 độ F.

c) Thả một thìa hỗn hợp ngô vào giữa vỏ trấu sạch. Gấp mặt trái của vỏ trấu vào giữa, sau đó gấp sang phải, rồi gấp phần dưới lên trên. Đẩy một thanh Popsicle từ 2 đến 3 inch vào đầu mở và dùng ngón tay véo vỏ trấu quanh que. Xé một sợi mỏng từ vỏ trấu khô và buộc quanh hạt ngô. Đặt các cuộn, que trong không khí và rất gần nhau, trong đĩa nướng thủy tinh hoặc chảo ổ bánh mì. Nướng 30 phút, cho đến khi hỗn hợp ngô cứng và rắn.

d) Để ăn một hạt ngô, hãy bóc vỏ ngô và ăn nóng từ que, giống như cách bạn ăn Popsicle.

23. Tôm sốt Pesto

Thành phần

- 1 pound mì ống
- 1/2 chén bơ
- 2 chén kem nặng
- 1/2 muỗng cà phê tiêu đen xay
- 1 chén phô mai Parmesan bào
- 1/3 chén sốt xì dầu
- 1 pound tôm lớn, bóc vỏ và bỏ chỉ

Hướng

Đun sôi một nồi lớn nước muối nhẹ. Thêm mì ống linguine và nấu trong 8 đến 10 phút hoặc cho đến khi chín; làm khô hạn. Trong một cái chảo lớn, làm tan chảy

bơ trên lửa vừa. Khuấy kem và nêm hạt tiêu. Nấu từ 6 đến 8 phút, khuấy liên tục. Khuấy phô mai Parmesan vào sốt kem, khuấy cho đến khi trộn đều. Trộn sốt pesto và nấu trong 3 đến 5 phút cho đến khi đặc lại. Cho tôm vào đảo đều và nấu cho đến khi tôm chuyển sang màu hồng, khoảng 5 phút. Phục vụ trên linguine nóng.

24. Tôm đồng bằng

Thành phần

- 2 lít nước
- 1/2 quả chanh lớn, thái lát
- 2 1/2 pound tôm tươi lớn chưa gọt vỏ
- 1 chén dầu thực vật
- 2 muỗng canh nước sốt nóng
- 1 1/2 muỗng cà phê dầu ô liu
- 1 1/2 muỗng cà phê tỏi băm
- 1 muỗng cà phê mùi tây tươi băm nhỏ
- 3/4 muỗng cà phê muối
- 3/4 muỗng cà phê gia vị Old Bay
- 3/4 muỗng cà phê húng quế khô
- 3/4 muỗng cà phê oregano khô
- 3/4 muỗng cà phê cỏ xạ hương khô
- Lá rau diếp

Hướng

a) Đun sôi nước và chanh; thêm tôm và nấu từ 3 đến 5 phút. Giếng thoát nước; rửa sạch với nước lạnh. Tôm lột vỏ, bỏ đầu, chừa đuôi. Cho tôm vào tô lớn.

b) Kết hợp dầu và 9 thành phần tiếp theo; khuấy bằng máy đánh trứng. Đổ qua tôm. Quăng để áo tôm.

25. tôm kem

Thành phần

- 3 hộp súp kem tôm
- 1 1/2 muỗng cà phê bột cà ri
- 3 chén kem chua
- 1 1/2 pound tôm, nấu chín và bóc vỏ

Hướng

a) Kết hợp tất cả các thành phần và đun nóng trên nồi hơi đôi.

b) Phục vụ trên cơm hoặc trong vỏ bánh.

26. ca nô cà tím

Thành phần

- 4 quả cà tím vừa
- 1 chén hành tây, xắt nhỏ
- 1 chén hành lá, xắt nhỏ
- 4 tép tỏi, băm nhỏ
- 1 chén ớt chuông, xắt nhỏ
- 1/2 chén cần tây, xắt nhỏ
- 2 lá nguyệt quế
- 1 muỗng cà phê húng tây
- 4 muỗng cà phê muối
- 1 muỗng cà phê tiêu đen
- 4 muỗng canh mỡ thịt xông khói
- 1 1/2 pound tôm sống, bóc vỏ
- 1/2 cốc (1 que) bơ
- 1 muỗng canh sốt Worrouershire
- 1 muỗng cà phê sốt nóng Louisiana
- 1 chén vụn bánh mì Ý dày dặn
- 2 quả trứng, đánh tan
- 1/2 chén mùi tây, xắt nhỏ
- 1 pound thịt cua
- 3 thìa nước cốt chanh
- 8 muỗng canh phô mai Romano, nạo
- 1 chén phô mai Cheddar sắc nét, nạo

Hướng

a) Cắt cà tím làm đôi theo chiều dọc và đun sôi trong nước muối trong khoảng 10 phút hoặc cho đến khi mềm. Múc ra bên trong và thái nhỏ. Đặt vỏ cà tím vào một đĩa nướng nông. Xào hành tây, hành lá, tỏi, ớt chuông, cần tây, lá nguyệt quế, húng tây, muối và hạt tiêu trong mỡ thịt xông khói trong khoảng 15 đến 20 phút. Thêm cà tím xắt nhỏ và nấu trong khoảng 30 phút.

b) Trong một chảo riêng, xào tôm trong bơ cho đến khi chúng chuyển sang màu hồng, khoảng 2 phút, sau đó thêm vào hỗn hợp cà tím. Thêm sốt Worrouershire, sốt nóng, vụn bánh mì và trứng vào hỗn hợp cà tím. Khuấy rau mùi tây và nước cốt chanh. Thêm phô mai. Nhẹ nhàng cho thịt cua vào. Đổ hỗn hợp vào vỏ cà tím. Nướng không đậy nắp ở nhiệt độ 350 độ F cho đến khi nóng và chín vàng, khoảng 30 phút.

Mang lại 8 phần ăn

27.　tôm tỏi

Thành phần

- 2 muỗng canh dầu ô liu
- 4 tép tỏi, thái lát mỏng
- 1 muỗng canh ớt đỏ nghiền
- 1 pound tôm
- Muối và hạt tiêu cho vừa ăn

Hướng

a) Đun nóng dầu ô liu trong chảo trên lửa vừa. Thêm tỏi và ớt đỏ. Xào cho đến khi tỏi có màu nâu, đảo thường xuyên để đảm bảo tỏi không bị cháy.

b) Cho tôm vào dầu (cẩn thận kẻo dầu bắn lên người). Nấu trong 2 phút cho mỗi bên, cho đến khi có màu hồng.

c) Thêm muối và hạt tiêu. Nấu thêm một phút nữa trước khi tắt bếp. Phục vụ với lát bánh mì (kiểu tapas) hoặc với mì ống.

d) Nếu bạn đang trộn mì ống: Bắt đầu trong một cái chảo lớn. Nấu tôm theo hướng dẫn, đồng thời làm mì ống trong một nồi riêng (có thể bạn sẽ bắt đầu chế biến mì ống trước tôm, vì tôm chỉ mất 5-7 phút). Trong khi để ráo mì ống, hãy để dành một ít nước mì ống.

e) Khi tôm đã chín, đổ mì ống đã nấu chín vào chảo cùng với tôm và đảo đều, phủ mì ống với dầu ngâm tỏi và ớt đỏ. Thêm nước mì ống dành riêng, theo từng muỗng canh, nếu cần.

f) Top với rau mùi tây xắt nhỏ.

28.   Tôm ướp nướng

Thành phần

- 1 chén dầu ô liu
- 1/4 chén mùi tây tươi xắt nhỏ
- 1 quả chanh, vắt lấy nước
- 2 muỗng canh nước sốt tiêu nóng
- 3 tép tỏi, băm nhỏ
- 1 muỗng canh bột cà chua
- 2 muỗng cà phê oregano khô
- 1 muỗng cà phê muối
- 1 muỗng cà phê tiêu đen xay
- 2 pound tôm lớn, bóc vỏ và bỏ đuôi kèm theo
- thịt xiên

Hướng

a) Trong một bát trộn, trộn dầu ô liu, rau mùi tây, nước cốt chanh, nước sốt nóng, tỏi, bột cà chua, lá oregano, muối và hạt tiêu đen. Dự trữ một lượng nhỏ để phết sau này. Đổ nước xốt còn lại vào một túi nhựa lớn có thể khóa lại cùng với tôm. Đậy kín, ướp trong tủ lạnh 2 tiếng.

b) Làm nóng lò nướng ở nhiệt độ trung bình thấp. Xiên tôm vào xiên, đâm một lần ở gần đuôi và một lần ở gần đầu. Bỏ nước xốt.

c) Vỉ nướng dầu nhẹ. Nấu tôm trong 5 phút mỗi mặt hoặc cho đến khi có màu đục, thường xuyên phết nước xốt dành riêng.

29. Tôm Texas

Thành phần

- 1/4 chén dầu thực vật
- 1/4 cốc rượu tequila
- 1/4 chén giấm rượu vang đỏ
- 2 muỗng canh nước cốt chanh Mexico
- 1 muỗng canh ớt đỏ xay
- 1/2 thìa cà phê muối
- 2 tép tỏi, thái nhỏ
- 1 quả ớt chuông đỏ, thái nhỏ
- 24 con tôm sống lớn, bóc vỏ và rút chỉ

Hướng

a) Trộn tất cả nguyên liệu trừ tôm trong đĩa thủy tinh nông hoặc đĩa nhựa. Cho tôm vào xào cùng. Che và làm lạnh trong 1 giờ.

b) Lấy tôm ra khỏi nước xốt, để riêng nước xốt. Xiên 4 con tôm trên mỗi xiên kim loại sáu (8 inch). Nướng trên than vừa, lật một lần, cho đến khi có màu hồng, mỗi bên từ 2 đến 3 phút.

c) Đun nước ướp đến sôi trong một cái chảo không phản ứng. Giảm nhiệt xuống thấp. Đun nhỏ lửa cho đến khi ớt chuông mềm, khoảng 5 phút. Ăn kèm với tôm.

30. Xiên tôm Hawaii

Thành phần

- 1/2 pound tôm, đã bóc vỏ, bỏ chỉ và chưa nấu chín 1/2 pound vịnh hoặc sò biển 1 hộp dứa cắt miếng trong nước ép
- 1 quả ớt chuông xanh, cắt miếng
- lát thịt xông khói

Nước xốt:

- 6 ounce nước sốt thịt nướng
- salsa 16 ounce
- 2 muỗng canh nước ép dứa
- 2 muỗng canh rượu trắng

Hướng

a) Trộn các thành phần nước sốt cho đến khi trộn đều. Xiên miếng dứa, tôm, sò điệp, ớt chuông nêm và thịt xông khói lát gấp lại.

b) Xiên xiên đều ở mỗi bên và nướng. Nấu cho đến khi tôm có màu hồng. Ăn với cơm.

31. Tôm nướng mật ong-Húng tây

Thành phần

- Ướp tỏi nướng
- 2 pound tôm lớn còn vỏ tươi hoặc đông lạnh chưa nấu chín
- 1 quả ớt chuông đỏ vừa, cắt thành hình vuông 1 inch và chần
- 1 quả ớt chuông vàng vừa, cắt thành hình vuông 1 inch và chần
- 1 củ hành đỏ vừa, cắt làm tư và tách thành khối

Hướng

a) Chuẩn bị nước xốt tỏi nướng

b) Lột vỏ tôm. (Nếu tôm đông lạnh, không rã đông; hãy bóc vỏ trong nước lạnh.) Cắt nông theo chiều dọc xuống lưng của mỗi con tôm; rửa tĩnh mạch.

c) Đổ 1/2 cốc nước xốt vào túi nhựa nhỏ có khóa kéo; niêm phong túi và làm lạnh cho đến khi phục vụ. Đổ nước xốt còn lại vào túi nhựa lớn có thể khóa lại. Thêm tôm, ớt chuông và hành tây, đảo đều với nước xốt. Đậy kín túi và cho vào tủ lạnh ít nhất 2 giờ nhưng không quá 24 giờ.

d) Chải vỉ nướng bằng dầu thực vật. Đun nóng than hoặc bếp ga để sưởi ấm trực tiếp. Loại bỏ tôm và rau khỏi nước xốt; thoát nước tốt. Bỏ nước xốt. Xiên tôm và rau xen kẽ trên mỗi sáu xiên kim loại 15 inch, chừa khoảng trống giữa mỗi xiên.

e) Nướng kabobs không đậy nắp từ 4 đến 6 inch ở nhiệt độ NÓNG từ 7 đến 10 phút, trở mặt một lần, cho đến khi tôm có màu hồng và chắc. Đặt kabobs trên khay phục vụ. Dùng kéo cắt một góc nhỏ từ túi nhựa nhỏ đựng nước xốt dành riêng. Rưới nước xốt lên tôm và rau củ.

Năng suất: 6 phần ăn.

32. Ướp tỏi nướng

Thành phần

- 1 củ tỏi vừa
- 1/3 chén dầu ô liu hoặc dầu thực vật
- 2/3 cốc nước cam
- 1/4 chén mù tạt mật ong cay
- 3 thìa mật ong
- 3/4 muỗng cà phê lá húng tây khô, nghiền nát

Hướng

a) Làm nóng lò ở 375 độ F.

b) Cắt 1/3 đầu củ tỏi chưa bóc vỏ, để lộ tép. Đặt tỏi vào đĩa nướng nhỏ; mưa phùn với dầu.

c) Đậy kín và nướng 45 phút; mát lạnh. Bóp bột tỏi từ da giấy. Cho tỏi và các nguyên liệu còn lại vào máy xay.

d) Đậy nắp và trộn ở tốc độ cao cho đến khi mịn. Làm cho khoảng 1 1/2 cốc.

33. Tôm cay cay

Thành phần

- 1 cân bơ
- 1/4 chén dầu đậu phộng
- 3 tép tỏi, băm nhỏ
- 2 muỗng canh hương thảo
- 1 muỗng cà phê húng quế xắt nhỏ
- 1 muỗng cà phê húng tây xắt nhỏ
- 1 muỗng cà phê oregano xắt nhỏ
- 1 quả ớt cay nhỏ, xắt nhỏ, hoặc
- 2 muỗng canh ớt cayenne xay
- 2 muỗng cà phê tiêu đen xay tươi
- 2 lá nguyệt quế, vỡ vụn
- 1 muỗng canh ớt bột
- 2 muỗng cà phê nước cốt chanh
- 2 pound tôm sống còn nguyên vỏ
- Muối ăn

Hướng

a) Tôm phải có kích cỡ từ 30–35 con/pound.

b) Đun chảy bơ và dầu trong một món nướng chống cháy. Thêm tỏi, rau thơm, ớt, lá nguyệt quế, ớt bột và nước cốt chanh rồi đun sôi. Tắt lửa và đun nhỏ lửa trong 10 phút, khuấy thường xuyên. Lấy món ăn ra khỏi bếp và để hương vị kết hợp ít nhất 30 phút.

c) Nước sốt bơ nóng này có thể được làm trước một ngày và để trong tủ lạnh. Làm nóng lò ở nhiệt độ 450 độ F. Làm nóng lại nước sốt, cho tôm vào và nấu trên lửa vừa cho đến khi tôm chuyển sang màu hồng, sau đó nướng trong lò thêm khoảng 30 phút nữa. Nêm nếm gia vị, thêm muối nếu cần.

d) Chấm sốt bơ với bánh mì giòn sau khi ăn tôm.

34. Tôm nướng kiểu Ý

Thành phần

- 2 pound tôm jumbo
- 1/4 chén dầu ô liu
- 2 muỗng canh tỏi, băm nhỏ
- 1/4 chén bột mì
- 1/4 chén bơ, tan chảy
- 4 muỗng canh mùi tây, băm nhỏ
- 1 chén nước sốt bơ

Hướng

a) Tôm bóc vỏ, chừa đuôi. Lau khô, sau đó rắc bột mì. Khuấy dầu và bơ vào đĩa nướng phẳng; thêm tôm. Nướng ở lửa vừa trong 8 phút. Thêm tỏi và rau mùi tây vào nước sốt bơ. Đổ qua tôm.

b) Khuấy cho đến khi tôm được phủ. Nướng thêm 2 phút nữa.

35. Tôm Jerk với cơm ngọt Jamaica

Thành phần

- 1 pound tôm vừa (số lượng 51–60), sống, còn vỏ với gia vị Jerk
- 2 chén cơm nóng
- 1 (11 ounce) lon quýt, để ráo nước và cắt nhỏ
- 1 (8 ounce) hộp dứa nghiền, để ráo nước
- 1/2 chén ớt chuông đỏ xắt nhỏ
- 1/4 chén hạnh nhân cắt lát, nướng
- 1/2 chén hành lá thái lát
- 2 muỗng canh dừa nạo, nướng
- 1/4 muỗng cà phê gừng xay

Hướng

a) Chuẩn bị nước xốt thịt bò khô theo hướng dẫn trên bao bì ở mặt sau của gia vị thịt bò khô.

b) Tôm lột vỏ, bỏ đuôi. Cho nước xốt vào trong khi chuẩn bị cơm.

c) Trong chảo lớn, kết hợp tất cả các thành phần còn lại. Nấu trên lửa vừa-cao, khuấy liên tục trong 5 phút hoặc cho đến khi đun nóng hoàn toàn. Lấy tôm ra khỏi nước xốt. Đặt trong chảo gà thịt trong một lớp. Nướng cách nhiệt từ 5 đến 6 inch trong 2 phút.

d) Khuấy đều và nướng thêm 2 phút hoặc cho đến khi tôm chỉ có màu hồng.

e) Ăn với cơm.

f)

36. Tôm Nướng Chanh Tỏi

Thành phần

- 2 pound tôm cỡ vừa, bóc vỏ và bỏ chỉ
- 2 tép tỏi, giảm một nửa
- 1/4 chén bơ hoặc bơ thực vật, tan chảy
- 1/2 thìa cà phê muối
- tiêu xay thô
- 3 giọt nước sốt nóng
- 1 muỗng canh sốt Worrouershire
- 5 muỗng canh mùi tây tươi xắt nhỏ

Hướng

a) Đặt tôm thành một lớp trong chảo thạch cuộn 15 x 10 x 1 inch; để qua một bên.

b) Xào tỏi trong bơ cho đến khi tỏi chín vàng; loại bỏ và loại bỏ tỏi. Thêm các thành phần còn lại, trừ rau mùi tây, khuấy đều. Đổ hỗn hợp lên tôm. Nướng tôm ở nhiệt độ 4 inch trong 8 đến 10 phút, phết một lần. Rắc mùi tây.

Mang lại 6 phần ăn.

37.   tôm tiêu chanh

Thành phần
- 1 pound tôm lớn, bóc vỏ và bỏ chỉ
- 1 muỗng canh dầu ô liu
- 1 muỗng canh hương thảo tươi băm nhỏ
- 1 muỗng canh húng tây tươi băm nhỏ
- 2 muỗng cà phê tỏi băm
- 1 muỗng cà phê tiêu đen xay thô
- Một nhúm ớt đỏ xay
- Nước cốt của một quả chanh

Hướng

a) Trong một bát vừa, trộn tôm, dầu, rau thơm và ớt. Trộn đều để tôm ngấm gia vị. Để yên ở nhiệt độ phòng trong 20 phút.

b) Đun nóng chảo chống dính lớn trên lửa vừa cao trong 3 phút. Thêm tôm trong một lớp duy nhất. Nướng trong 3 phút mỗi bên, hoặc cho đến khi tôm có màu hồng và vừa chín tới. Đừng nấu quá chín. Tắt bếp và khuấy trong nước cốt chanh.

38. Đường dạo tôm Louisiana

Thành phần

- 24 con tôm tươi lớn
- 12 ounce bơ
- 1 muỗng canh tỏi xay nhuyễn
- 2 muỗng canh nước sốt Worrouershire
- 1 muỗng cà phê cỏ xạ hương khô
- 1 muỗng cà phê hương thảo khô
- 1/2 muỗng cà phê oregano khô
- 1/2 muỗng cà phê ớt đỏ nghiền
- 1 muỗng cà phê ớt cayenne
- 1 muỗng cà phê tiêu đen
- bia 8 ounce
- 4 chén cơm trắng nấu chín
- 1/2 chén hành lá thái nhỏ

Hướng

a) Tôm rửa sạch, để nguyên vỏ. Đun chảy bơ trong chảo lớn và cho tỏi, sốt Worcestershire và gia vị vào đảo đều.

b) Thêm tôm và lắc chảo để nhúng tôm vào bơ, sau đó xào trên lửa vừa cao trong 4 đến 5 phút cho đến khi tôm chuyển sang màu hồng.

c) Tiếp theo, đổ bia vào và khuấy thêm một phút nữa rồi bắc ra khỏi bếp. Lột vỏ, bỏ chỉ tôm và xếp lên cơm. Đổ nước sốt lên trên và trang trí với hành lá xắt nhỏ.

d) Phục vụ ngay lập tức.

39. Tôm Xào Malibu

Thành phần

- 1 muỗng canh dầu đậu phộng
- 1 muỗng canh bơ
- 1 muỗng canh tỏi băm
- 1 pound tôm vừa, bóc vỏ và bỏ chỉ
- 1 chén nấm thái lát
- 1 bó hành lá, thái lát
- 1 quả ớt ngọt đỏ, bỏ hạt, cắt thành dải mỏng 2 inch
- 1 chén đậu Hà Lan tươi hoặc đông lạnh
- 1 cốc rượu rum Malibu
- 1 chén kem nặng
- 1/4 chén húng quế tươi xắt nhỏ
- 2 muỗng cà phê tương ớt xay
- Nước cốt 1/2 quả chanh
- Tiêu đen xay tươi
- 1/2 chén dừa vụn
- 1 pound fettuccini, nấu chín

Hướng

a) Đun nóng dầu và bơ trên lửa lớn trong chảo lớn. Thêm tỏi trong 1 phút. Thêm tôm, nấu 2 phút cho đến khi có màu hồng. Thêm rau và chiên 2 phút.

b) Thêm rượu rum và đun nhỏ lửa trong 2 phút. Thêm kem và đun nhỏ lửa trong 5 phút. Thêm gia vị còn lại. Quăng với dừa và mì ống nấu chín.

40. tôm nướng

Thành phần

- 4 pound tôm tươi lớn, chưa bóc vỏ hoặc 6 pound tôm còn đầu
- 1/2 chén bơ
- 1/2 chén dầu ô liu
- 1/4 chén tương ớt
- 1/4 chén sốt Worrouershire
- 2 quả chanh, thái lát
- 4 tép tỏi, băm nhỏ
- 2 muỗng canh gia vị Creole
- 2 thìa nước cốt chanh
- 1 muỗng canh rau mùi tây xắt nhỏ
- 1 muỗng cà phê ớt bột
- 1 muỗng cà phê oregano
- 1 muỗng cà phê ớt đỏ xay
- 1/2 muỗng cà phê nước sốt nóng
- bánh mì Pháp

Hướng

a) Trải tôm vào chảo nướng nông có lót giấy nhôm.

b) Cho bơ và 12 nguyên liệu tiếp theo vào nồi đun trên lửa nhỏ, khuấy đều cho đến khi bơ tan chảy rồi đổ lên tôm. Đậy nắp và làm lạnh trong 2 giờ, lật tôm cứ sau 30 phút.

c) Nướng, không đậy nắp, ở 400 độ F trong 20 phút; quay một lần.

d) Ăn kèm với bánh mì, salad xanh và bắp ngô để có một bữa ăn hoàn chỉnh.

41. Gỏi Tôm Cực Mát

Thành phần

- 2 lbs. tôm vừa
- 1 cốc roi da thần kỳ
- 1/2 chén hành lá
- 1 ớt chuông xanh
- 1 đầu rau răm nhỏ
- 1 quả cà chua vừa
- 1/2 chén Phô mai Mozzarella

Hướng

a) Lột vỏ, bỏ chỉ và luộc tôm. Băm nhỏ xà lách, ớt chuông, cà chua, hành lá và tôm rồi trộn vào tô... Băm nhỏ phô mai mozzarella và thêm vào salad.

b) Thêm roi thần kỳ và trộn đều.

42. Tôm Đá M-80

Sốt M-80

- 1 muỗng canh bột bắp
- 1 ly nước
- 1 chén nước tương
- 1 chén đường nâu nhạt
- 1 muỗng canh tương ớt sambal
- cốc nước cam mới vắt 1 quả ớt serrano, thái nhỏ
- tép tỏi, thái nhỏ (khoảng 1 muỗng canh)
- Một miếng gừng tươi dài 2 inch, cạo/gọt vỏ và thái nhỏ

slaw

- đầu bắp cải xanh, thái lát mỏng (khoảng 1½ chén)
- đầu bắp cải đỏ, thái lát mỏng (khoảng 1½ chén)
- cà rốt vừa, thái mỏng thành miếng 2 inch
- ớt đỏ vừa, thái lát mỏng
- hành tím vừa, thái lát mỏng
- 1 tép tỏi, thái lát mỏng
- 1 ớt Serrano, thái lát mỏng
- lá húng quế, thái lát mỏng

Tôm

- Dầu thực vật

- 2 pound tôm đá (hoặc thay thế 16-20 con tôm cắt thành khối nhỏ) 1 cốc sữa bơ
- 3 chén bột mì đa dụng
- Hạt mè đen và trắng
- 1 muỗng canh hành lá, thái lát mỏng
- Lá rau mùi

Hướng

a) Làm nước sốt M-80: Trong một bát nhỏ, trộn bột ngô và nước với nhau. Để qua một bên.

b) Trong một cái chảo nhỏ, trộn đều nước tương, đường nâu, tương ớt, nước cam, ớt, tỏi và gừng rồi đun sôi nước sốt. Hạ nhiệt và đun nhỏ lửa trong 15 phút. Đánh bông trong hỗn hợp bột ngô-nước và đun sôi lại nước sốt.

c) Làm món nộm: Trong một bát vừa, trộn đều bắp cải xanh và đỏ, cà rốt, ớt đỏ, hành tây, tỏi, ớt và húng quế. Để qua một bên.

d) Làm tôm: Trong một cái chảo vừa đặt trên lửa lớn, cho dầu ăn vào ngập nửa nồi; đun nóng cho đến khi dầu đạt đến 350° (dùng nhiệt kế để đo nhiệt độ). Đặt tôm đá vào một cái bát lớn và đổ bơ sữa lên chúng.

e) Dùng thìa có rãnh để vớt tôm ra, chắt hết bơ sữa thừa ra một bát riêng, trộn tôm với bột mì. Chiên tôm trong 1 đến 1 phút rưỡi.

43. Bánh mì nướng của thị trấn

Thành phần

- Mười hai con tôm cỡ 16-20 con, bỏ chỉ và vỏ
- Muối và hạt tiêu đen mới xay
- 2 quả bơ
- 2 muỗng canh nước cốt chanh (khoảng 1 quả chanh vừa), chia
- 2 muỗng canh rau mùi thái nhỏ
- 2 muỗng cà phê jalapeño thái nhỏ (khoảng 1 jalapeño vừa)
- 1 quả bưởi
- 1 bánh mì baguette nhỏ, cắt thành lát $\frac{1}{4}$ inch Dầu ô liu nguyên chất
- Muối và hạt tiêu đen mới xay $\frac{1}{4}$ chén quả hồ trăn, nướng và cắt nhỏ

Hướng

a) Đặt tôm vào đĩa nhỏ và nêm muối và hạt tiêu. Cắt bơ theo chiều dọc xung quanh các hạt và loại bỏ các hạt. Cắt thịt bơ theo hình chữ thập và dùng thìa múc thịt bơ vào một chiếc bát vừa. Kết hợp bơ với $1\frac{1}{2}$ thìa nước cốt chanh, rau mùi và ớt jalapeño.

b) Dùng dao tách bỏ vỏ và cùi bưởi rồi rạch dọc theo lớp màng để loại bỏ các múi. Để qua một bên.

c) Chải các lát bánh mì với dầu ô liu và nêm muối và hạt tiêu. Đặt các lát bánh mì vào lò nướng bánh mì và nướng cho đến khi vàng nâu.

d) Trong một chảo vừa đặt trên lửa vừa, đun nóng 1½ muỗng canh dầu ô liu và thêm tôm. Nấu một phút ở một bên, sau đó lật và nấu thêm 30 giây ở phía bên kia. Chuyển tôm vào tô và trộn với ½ muỗng canh nước cốt chanh còn lại.

e) Để lắp ráp: Phết 2 muỗng canh hỗn hợp bơ lên mỗi lát bánh mì. Trên cùng với một hoặc hai miếng tôm và một múi bưởi. Rắc hạt dẻ cười lên trên và dùng ngay.

44. Tôm a la Plancha trên Saffron Allioli Toasts

Năng suất: Phục vụ 4

Thành phần
Bơ
- nhụy hoa nghệ tây lớn
- 2 lòng đỏ trứng lớn
- 1 tép tỏi, thái nhỏ
- 2 muỗng cà phê muối kosher
- 3 chén dầu ô liu siêu nguyên chất, tốt nhất là dầu Tây Ban Nha
- 2 muỗng cà phê nước cốt chanh, cộng thêm nếu cần

Tôm
- Bốn lát bánh mì đồng quê dày $\frac{1}{2}$ inch
- 2 muỗng canh dầu ô liu siêu nguyên chất
- $1\frac{1}{2}$ pound tôm bóc vỏ jumbo 16/20
- Muối kosher
- 2 quả chanh, giảm một nửa
- 3 tép tỏi, thái nhỏ
- 1 muỗng cà phê tiêu đen mới xay
- 2 chén sherry khô
- 3 muỗng canh rau mùi tây lá phẳng xắt nhỏ

Hướng

a) Làm aioli: Trong một cái chảo nhỏ đặt trên lửa vừa, nướng nghệ tây cho đến khi giòn, 15 đến 30 giây. Cho ra đĩa nhỏ và dùng mặt sau của thìa nghiền nát. Để một bát vừa, thêm nghệ tây, lòng

112

đỏ trứng, tỏi và muối và đánh mạnh cho đến khi kết hợp tốt. Bắt đầu thêm vài giọt dầu ô liu mỗi lần, đánh kỹ giữa các lần thêm, cho đến khi aioli bắt đầu đặc lại, sau đó nhỏ phần dầu còn lại vào hỗn hợp theo một dòng rất chậm và đều, đánh aioli cho đến khi đặc và có dạng kem.

b) Thêm nước cốt chanh, nếm thử và điều chỉnh thêm nước cốt chanh và muối nếu cần. Chuyển sang một cái bát nhỏ, bọc bằng màng bọc thực phẩm và để trong tủ lạnh.

c) Nâng ly chúc mừng: Điều chỉnh giá đỡ lò nướng ở vị trí trên cùng và vỉ nướng ở vị trí cao. Đặt các lát bánh mì lên khay nướng có viền và phết 1 muỗng canh dầu lên cả hai mặt của bánh mì. Nướng bánh mì cho đến khi vàng nâu, khoảng 45 giây. Lật ngược bánh mì và nướng mặt còn lại (quan sát kỹ gà thịt, vì cường độ nướng của gà thịt thay đổi), lâu hơn từ 30 đến 45 giây. Lấy bánh mì ra khỏi lò và đặt từng lát bánh mì lên đĩa.

d) Trong một bát lớn, đặt tôm. Dùng dao rạch một đường nông dọc theo phần lưng cong của tôm, loại bỏ phần gân và để nguyên vỏ. Đun nóng chảo lớn, có đáy dày trên lửa vừa và cao cho đến khi gần bốc khói, trong $1\frac{1}{2}$ đến 2 phút. Thêm 1 muỗng canh dầu còn lại và tôm. Rắc một chút muối và nước cốt của nửa quả chanh lên tôm và nấu cho đến khi tôm bắt đầu cong lại và các cạnh vỏ có màu nâu, từ 2 đến 3 phút.

e) Dùng kẹp lật tôm lại, rắc thêm muối và nước cốt của nửa quả chanh khác vào nấu cho đến khi tôm có màu hồng tươi, khoảng 1 phút nữa.

f) Tạo một lỗ ở giữa chảo và cho tỏi và hạt tiêu đen vào xào; Khi tỏi đã thơm, sau khoảng 30 giây, thêm rượu sherry vào, đun nhỏ lửa và khuấy hỗn hợp tỏi-sherry vào tôm. Nấu, khuấy và cạo các mẩu màu nâu từ đáy chảo vào nước sốt. Tắt lửa và vắt thêm nước cốt của nửa quả chanh khác. Cắt nửa quả chanh còn lại thành hình nêm.

g) Phết lên trên mỗi lát bánh mì một thìa đầy aioli nghệ tây. Chia tôm ra các đĩa và rưới một ít nước sốt lên mỗi phần ăn. Rắc rau mùi tây và dùng với lát chanh.

45. Cà ri tôm mù tạt

Thành phần:

- 1 lb tôm
- 2 muỗng canh dầu
- 1 muỗng cà phê nghệ
- 2 muỗng canh bột mù tạt
- 1 muỗng cà phê muối
- 8 quả ớt xanh

Hướng

a) Tạo một hỗn hợp mù tạt trong một lượng nước bằng nhau. Đun nóng dầu trong chảo chống dính và chiên bột mù tạt và tôm trong ít nhất năm phút, sau đó thêm 2 cốc nước ấm.

b) Đun sôi và thêm bột nghệ, muối và ớt xanh. Nấu ở nhiệt độ trung bình thấp trong 25 phút nữa.

46. Cà ri tôm

Thành phần:

- 1 lb. tôm, bóc vỏ và bỏ chỉ
- 1 củ hành tây, xay nhuyễn
- 1 muỗng cà phê bột gừng
- 1 muỗng cà phê bột tỏi
- 1 quả cà chua, xay nhuyễn
- 1 muỗng cà phê bột nghệ
- 1 thìa cà phê ớt bột
- 1 muỗng cà phê bột thì là
- 1 muỗng cà phê bột rau mùi
- 1 muỗng cà phê muối hoặc để nếm
- 1 muỗng cà phê nước cốt chanh
- Ngò / lá rau mùi
- 1 muỗng canh dầu

Hướng

a) Đun nóng dầu trong chảo chống dính và xào hành tây, cà chua, gừng và tỏi, cùng với bột thì là và rau mùi và rau mùi / lá rau mùi trong năm phút ở nhiệt độ trung bình thấp.

b) Thêm tôm, bột nghệ và bột ớt và muối cùng với nửa cốc nước ấm và nấu ở nhiệt độ thấp vừa phải trong 25 phút. Đậy nắp chảo. Đảo đều để tôm thấm gia vị. Nêm nước cốt chanh, trang trí với rau mùi/rau mùi trước khi ăn.

47. Tôm Sốt Tỏi

Thành phần

- 12 tép tỏi, đại khái băm nhỏ
- 1 chén dầu thực vật
- 1/4 cốc (1/2 que) bơ không muối
- 1 1/2 pound tôm tươi, bóc vỏ, bỏ chỉ và bỏ chỉ (để nguyên đuôi)

Hướng

a) Trong chảo lớn, xào tỏi trong dầu nóng vừa (khoảng 300 độ F) cho đến khi có màu nâu nhạt. Xem cẩn thận để không bị bỏng. Sau khoảng 6 đến 8 phút, nhanh chóng cho bơ vào và lấy ra khỏi bếp ngay lập tức. Khi tất cả bơ đã được thêm vào, các miếng bánh sẽ trở nên giòn. Loại bỏ chúng bằng một cái muỗng có rãnh và dự trữ dầu và bơ để xào tôm.

b) Trong một chảo lớn, đun nóng khoảng 2 đến 3 muỗng canh dầu ăn rồi cho tôm vào xào trong khoảng 5 phút. Lật lại rất nhanh và sau đó loại bỏ. Thêm dầu khi cần thiết để xào tất cả tôm. Muối để nếm thử. Trang trí với tỏi và rau mùi tây. Ăn với cơm Mexico.

c) Hãy thử phết dầu tỏi lên bánh mì Pháp, sau đó rắc rau mùi tây lên và nướng lên.

d) Phục vụ món này với tôm và ăn kèm với món salad rau diếp và cà chua.

48. Tôm sốt kem mù tạt

Thành phần

- 1 pound tôm lớn
- 2 muỗng canh dầu thực vật
- 1 củ hẹ, băm nhỏ
- 3 muỗng canh rượu trắng khô
- 1/2 cốc kem nặng hoặc kem tươi
- 1 muỗng canh mù tạt Dijon với hạt
- Muối, để hương vị

Hướng

a) Vỏ và chỉ tôm. Trong chảo 10 inch trên lửa vừa, nấu hẹ trong dầu nóng trong 5 phút, khuấy thường xuyên. Tăng nhiệt lên mức trung bình-cao. Thêm tôm. Nấu 5 phút hoặc cho đến khi tôm chuyển sang màu hồng, khuấy thường xuyên. Vớt tôm ra tô. Thêm rượu vào nhỏ giọt trong chảo.

b) Nấu trên lửa vừa trong 2 phút. Thêm kem và mù tạt. Nấu trong 2 phút. Cho tôm trở lại chảo. Khuấy cho đến khi nóng qua. Muối để nếm thử.

c) Phục vụ trên cơm nóng, nấu chín.

d) Máy chủ 4.

49. soup lạnh Tây ban nha

Thành phần

- 2 tép tỏi
- 1/2 củ hành tím
- 5 quả cà chua Roma
- 2 cọng cần tây
- 1 quả dưa chuột lớn
- 1 quả bí xanh
- 1/4 chén dầu ô liu nguyên chất
- 2 muỗng canh giấm rượu vang đỏ
- 2 thìa canh đường Vài thìa nước mắm Nêm muối
- hạt tiêu đen
- 4 cốc nước ép cà chua chất lượng tốt
- 1 pound tôm, bóc vỏ và thái lát bơ, để phục vụ
- 2 quả trứng luộc chín, bằm nhuyễn Lá ngò tươi, dùng kèm Bánh mì giòn, dùng kèm

Hướng

a) Băm nhỏ tỏi, cắt hành tây thành lát và thái hạt lựu cà chua, cần tây, dưa chuột và bí xanh. Cho tất cả tỏi, tất cả hành tây, một nửa số rau thái hạt lựu còn lại và dầu vào bát của máy xay thực phẩm hoặc máy xay sinh tố nếu bạn thích.

b) Đổ giấm vào và thêm đường, nước sốt nóng, muối và hạt tiêu. Cuối cùng đổ 2 chén nước ép cà chua vào và trộn đều. Về cơ bản, bạn sẽ có để cà chua với một lớp hoa giấy đẹp mắt gồm các loại rau.

c) Đổ hỗn hợp đã trộn vào một bát lớn và thêm vào nửa còn lại của các loại rau thái hạt lựu. Khuấy nó lại với nhau. Sau đó khuấy trong 2 cốc nước ép cà chua còn lại. Cho nó một hương vị và đảm bảo rằng gia vị là đúng. Điều chỉnh khi cần thiết. Làm lạnh trong một giờ nếu có thể.

d) Nướng hoặc xào tôm cho đến khi trong suốt. Để qua một bên. Múc súp ra bát, thêm tôm nướng và trang trí với lát bơ, trứng và lá ngò. Phục vụ với bánh mì giòn ở bên cạnh.

50. Tôm Linguine Alfredo

Thành phần

- 1 (12 ounce) gói mì ống
- 1/4 chén bơ, tan chảy
- 4 muỗng canh hành tây thái hạt lựu
- 4 muỗng cà phê tỏi băm
- 40 con tôm nhỏ, bóc vỏ và bỏ chỉ
- 1 cốc rưỡi rưỡi
- 2 muỗng cà phê tiêu đen xay
- 6 muỗng canh phô mai Parmesan bào
- 4 nhánh mùi tây tươi
- 4 lát chanh, để trang trí

Hướng

a) Nấu mì ống trong một nồi nước sôi lớn cho đến khi chín; làm khô hạn. Trong khi đó, làm tan chảy bơ trong một cái chảo lớn. Xào hành tây và tỏi trên lửa vừa cho đến khi mềm. Thêm tôm; xào trên lửa lớn trong 1 phút, khuấy liên tục. Khuấy một nửa rưỡi.

b) Nấu, khuấy liên tục, cho đến khi nước sốt đặc lại. Cho mỳ ra đĩa, rưới nước sốt tôm lên trên. Rắc hạt tiêu đen và phô mai Parmesan.

c) Trang trí với rau mùi tây và lát chanh.

51. Tôm Marinara

Thành phần

- 1 (16 oz.) lon cà chua, cắt nhỏ
- 2 muỗng canh rau mùi tây băm nhỏ
- 1 tép tỏi, băm nhỏ
- 1/2 muỗng cà phê húng quế khô
- 1 muỗng cà phê muối
- 1/4 muỗng cà phê tiêu
- 1 muỗng cà phê oregano khô
- 1 (6 oz.) lon bột cà chua
- 1/2 muỗng cà phê muối nêm
- 1 lb tôm đã bóc vỏ nấu chín
- Bào phô mai Parmesan
- mì Ý nấu chín

Hướng

a) Trong một cái nồi sành, kết hợp cà chua với rau mùi tây, tỏi, húng quế, muối, hạt tiêu, lá oregano, bột cà chua và muối gia vị. Đậy nắp và nấu ở nhiệt độ thấp trong 6 đến 7 giờ.

b) Bật điều khiển ở mức cao, cho tôm vào khuấy đều, đậy nắp và nấu ở nhiệt độ cao thêm 10 đến 15 phút nữa. Phục vụ trên spaghetti nấu chín.

c) Phủ phô mai Parmesan lên trên.

52. Tôm Newburg

Thành phần

- 1 pound tôm, nấu chín, bỏ chỉ
- nấm hộp 4 ounce
- 3 quả trứng luộc chín, bóc vỏ và cắt nhỏ
- 1/2 chén phô mai Parmesan
- 4 muỗng canh bơ
- 1/2 củ hành tây, xắt nhỏ
- 1 tép tỏi, băm nhỏ
- 6 muỗng canh bột mì
- 3 ly sữa
- 4 muỗng canh sherry khô
- nước sốt Worrouershire
- Muối và tiêu
- sốt tiêu

Hướng

a) Làm nóng lò ở 375 độ F.

b) Đun chảy bơ, sau đó xào hành tây và tỏi cho đến khi mềm. Thêm bột mì. Trộn đều. Dần dần thêm sữa, khuấy liên tục. Nấu cho đến khi nước sốt đặc lại. Thêm sherry và gia vị cho vừa ăn.

c) Trong một bát riêng, kết hợp tôm, nấm, trứng và rau mùi tây. Thêm nước sốt cùng với 1/4 chén phô mai vào hỗn hợp tôm. Trộn đều.

d) Đổ hỗn hợp vào đĩa thịt hầm 2 lít và phủ phô mai còn lại lên trên. Chấm với bơ.

e) Nướng 10 phút, cho đến khi hơi nâu trên đầu.

53. Tôm tẩm gia vị

Thành phần

- 2 lạng. Tôm lớn bóc vỏ, rút chỉ
- 1 muỗng cà phê muối
- 1 quả chanh, cắt làm đôi
- 8 cốc nước
- 1 chén giấm rượu trắng hoặc giấm tarragon
- 1 Chén dầu Olive
- 1–2 quả ớt Serrano (ít nhiều tùy khẩu vị), bỏ hạt và gân, bằm nhuyễn
- $\frac{1}{4}$ chén Rau mùi tươi, xắt nhỏ
- 2 tép tỏi lớn, băm nhỏ hoặc cho qua máy ép tỏi
- 2 muỗng cà phê Rau mùi tươi, xắt nhỏ (nếu muốn)
- 3 Hành lá (chỉ phần trắng), băm nhỏ
- Hạt tiêu đen mới xay, để nếm thử

Hướng

a) Kết hợp nước, muối và nửa quả chanh trong lò kiểu Hà Lan và đun sôi. Thêm tôm, khuấy đều và đun sôi nhẹ trong 4–5 phút. Dịch chuyển sang nóng và khô hạn.

b) Cho giấm, dầu ô liu, ớt, ngò và tỏi vào túi nhựa có khóa kéo lớn hoặc hộp nhựa khác. Cho tôm đã luộc vào và cho vào tủ lạnh trong 12 giờ hoặc qua đêm, lật nhiều lần.

c) Để phục vụ, rút chất lỏng từ tôm. Trong một bát lớn, kết hợp tôm ướp lạnh với thêm rau mùi, hành lá và hạt tiêu đen, và trộn đều. Sắp xếp trong một món ăn phục vụ, và phục vụ ngay lập tức.

54. Tôm Cay Singapore

Thành phần
- 2 pound tôm lớn
- 2 muỗng canh sốt cà chua
- 3 muỗng canh Sriracha
- 2 thìa nước cốt chanh
- 2 muỗng canh nước tương
- 1 muỗng canh đường
- 2 quả jalapeño vừa, bỏ hạt và băm nhỏ
- củ trắng của 1 cọng sả, băm nhuyễn
- 1 muỗng canh gừng tươi, băm nhỏ
- 4 củ hành lá, thái lát mỏng
- 1/4 chén rau mùi, xắt nhỏ

Hướng

a) Trộn tương cà, giấm (nếu dùng), tương ớt, nước cốt chanh, nước tương và đường.

b) Trong một chảo lớn, làm nóng một ít dầu thực vật và nấu tôm ở nhiệt độ cao. Khi chúng bắt đầu chuyển sang màu hồng, hãy lật chúng.

c) Thêm một chút dầu và jalapeño, tỏi, sả và gừng. Khuấy thường xuyên cho đến khi hỗn hợp nóng lên. Cảnh báo: nó sẽ có mùi thơm ngon. Cố gắng không để mất tập trung của bạn.

d) Xào hành lá và hỗn hợp sốt cà chua trong chảo trong 30 giây, sau đó trộn với rau mùi xắt nhỏ. Ăn tôm với cơm.

e)

55. tôm ánh sao

Thành phần

- 6 cốc nước
- 2 muỗng canh muối
- 1 quả chanh, giảm một nửa
- 1 nhánh cần tây, cắt thành miếng 3 inch
- 2 lá nguyệt quế
- Một chút ớt cayenne
- 1/4 chén mùi tây, băm nhỏ
- 1 gói Tôm/Cua/Tôm luộc
- 2 lạng. tôm chưa bóc vỏ tươi troll ở Mobile Bay
- 1 hộp sốt cocktail

Hướng

a) Cắt bỏ đầu tôm.

b) Kết hợp 8 thành phần đầu tiên trong một nồi lớn hoặc Lò nướng kiểu Hà Lan. Đun sôi. Cho tôm nguyên vỏ vào nấu khoảng 5 phút cho tôm chuyển sang màu hồng. Xả kỹ bằng nước lạnh và làm lạnh.

c) Tôm lột vỏ, bỏ chỉ, sau đó bảo quản trong ngăn mát tủ lạnh.

d)

BẠCH TUỘC

56. Bạch tuộc trong rượu vang đỏ

Thành phần

- 1kg (2,25lb) bạch tuộc non
- 8 muỗng canh dầu ô liu
- 350g (12oz) hành tây hoặc hẹ nhỏ 150ml (0,25pint) rượu vang đỏ 6 muỗng canh giấm rượu vang đỏ
- 225g (8oz) cà chua đóng hộp, xắt nhỏ 2muỗng cà chua xay nhuyễn
- 4 lá nguyệt quế
- 2 muỗng cà phê oregano khô
- tiêu đen
- 2 muỗng canh rau mùi tây xắt nhỏ

Hướng

a) Đầu tiên làm sạch bạch tuộc. Cắt bỏ các xúc tu, loại bỏ ruột và túi mực, mắt và mỏ. Lột da bạch tuộc, rửa và chà kỹ để loại bỏ bất kỳ dấu vết của cát. Cắt nó thành những miếng 4-5cm (1,5-2 inch) và cho vào nồi đun trên lửa vừa để tiết ra chất lỏng. Khuấy bạch tuộc cho đến khi chất lỏng này bay hơi. Đổ dầu vào và đảo đều để bạch tuộc được kín các mặt. Thêm toàn bộ hành tây và nấu chúng, khuấy một hoặc hai lần, cho đến khi chúng hơi chuyển màu.

b) Thêm rượu, giấm, cà chua, cà chua xay nhuyễn, lá nguyệt quế, lá oregano và vài hạt tiêu xay. Khuấy đều, đậy nắp chảo và đun nhỏ lửa trong 1-

1,25 giờ, thỉnh thoảng kiểm tra để nước sốt không bị khô. Nếu có - và điều này chỉ xảy ra nếu nhiệt quá cao - hãy thêm một ít rượu hoặc nước. Bạch tuộc được nấu chín khi nó có thể dễ dàng đâm bằng xiên.

c) Nước sốt phải đặc, giống như nước sốt. Nếu bất kỳ chất lỏng nào tách ra, hãy tháo nắp ra khỏi chảo, tăng nhiệt một chút và khuấy cho đến khi một phần chất lỏng bay hơi và nước sốt đặc lại. Vứt bỏ lá nguyệt quế và khuấy trong rau mùi tây. Nếm nước sốt và điều chỉnh gia vị nếu cần thiết. Phục vụ, nếu bạn thích, với cơm và salad. Một món thiết yếu của người Hy Lạp là bánh mì đồng quê để chấm nước sốt.

PHỤC VỤ 4-6

57. bạch tuộc ngâm

Thành phần

- 1kg (2,25lb) bạch tuộc non
- khoảng 150ml (0,25pint) dầu ô liu
- khoảng 150ml (0,25pint) giấm rượu vang đỏ 4 tép tỏi
- muối và hạt tiêu đen 4-6 nhánh húng tây hoặc 1 thìa cà phê húng tây khô nêm chanh, để phục vụ

Hướng

a) Sơ chế và rửa sạch bạch tuộc (như món Bạch tuộc ngâm rượu vang đỏ). Đặt đầu và xúc tu vào chảo với 6-8 muỗng canh nước, đậy nắp và đun nhỏ lửa trong 1-1,25 giờ cho đến khi mềm. Kiểm tra nó với một xiên. Xả hết chất lỏng còn lại và đặt sang một bên để làm mát.

b) Cắt thịt thành các dải 12 mm (0,5 inch) và gói chúng lỏng lẻo vào một cái lọ có nắp vặn. Trộn đủ dầu và giấm để đổ đầy lọ - lượng chính xác sẽ phụ thuộc vào khối lượng tương đối của hải sản và hộp đựng - khuấy tỏi và nêm muối và tiêu. Nếu bạn đang sử dụng cỏ xạ hương khô, hãy trộn nó với chất lỏng ở giai đoạn này. Đổ nó lên bạch tuộc, đảm bảo rằng mọi miếng cuối cùng đều được ngâm hoàn toàn. Nếu bạn đang sử dụng thân cây cỏ xạ hương, hãy đẩy chúng vào lọ.

c) Đậy nắp lọ và để ít nhất 4-5 ngày trước khi sử dụng.

d) Để phục vụ, để bạch tuộc ráo nước và bày trên đĩa hoặc đĩa nhỏ riêng lẻ với chanh.

e) Những khối bánh mì ít nhất một ngày tuổi, được xiên trên que cocktail, là món ăn kèm thông thường.

PHỤC VỤ 8

58. bạch tuộc nấu rượu

Thành phần

- 1 con bạch tuộc 3/4 lb (đã rã đông)
- 4 muỗng canh. dầu ô liu
- 2 củ hành lớn thái lát
- muối và tiêu
- 1 lá nguyệt quế
- 1/4 chén rượu trắng khô

Hướng

a) Loại bỏ phần đầu khỏi bạch tuộc. Dọn dẹp. Rửa cánh tay.

b) Thái bạch tuộc thành miếng vừa ăn.

c) Nấu trong dầu ô liu trên lửa vừa khoảng 10 phút, xoay thường xuyên.

d) Thêm hành tây, gia vị và rượu vang. Đậy nắp và đun nhỏ lửa cho đến khi bạch tuộc mềm, khoảng 15 phút.

Máy chủ 4

59. Bạch tuộc baby nướng Sicilia

LÀM 4 PHẦN

Thành phần

- $2\frac{1}{2}$ pound bạch tuộc baby đã được làm sạch và đông lạnh
- 2 chén rượu vang đỏ toàn thân, chẳng hạn như
- Pinot Noir hoặc Cabernet Sauvignon
- 1 củ hành tây nhỏ, thái lát
- 1 muỗng cà phê hạt tiêu đen
- muỗng cà phê toàn bộ đinh hương
- 1 lá nguyệt quế
- 1 cốc nước xốt cam quýt Sicilia
- $\frac{3}{4}$ chén ô liu xanh Sicilia hoặc Cerignola đã được loại bỏ hạt và xắt nhỏ
- 3 ounce lá rau arugula non
- 1 muỗng canh bạc hà tươi xắt nhỏ
- Muối biển thô và hạt tiêu đen mới xay

Hướng

a) Rửa sạch bạch tuộc, sau đó cho vào nồi canh với rượu và lượng nước vừa đủ. Thêm hành tây, hạt tiêu, đinh hương và lá nguyệt quế. Đun sôi ở nhiệt độ cao, sau đó giảm nhiệt xuống mức trung bình thấp, đậy nắp và đun nhỏ lửa cho đến khi bạch tuộc đủ mềm để dễ dàng đưa dao vào, 45 phút đến 1 giờ. Để ráo bạch tuộc và loại

149

bỏ chất lỏng hoặc lọc và dự trữ cho nước dùng hải sản hoặc món risotto. Khi bạch tuộc đủ nguội để xử lý, hãy cắt các xúc tu ở đầu.

b) Cho bạch tuộc và nước xốt vào túi có khóa kéo 1 gallon. Ép không khí ra ngoài, đóng túi và cho vào tủ lạnh trong 2 đến 3 giờ. Bật lò nướng ở nhiệt độ trung bình cao trực tiếp, khoảng $450\frac{1}{4}$F.

c) Lấy bạch tuộc ra khỏi nước xốt, thấm khô và để yên ở nhiệt độ phòng trong 20 phút. Lọc nước xốt vào nồi và đun trên lửa vừa. Thêm ô liu và loại bỏ nhiệt.

d) Chải vỉ nướng và bôi dầu. Nướng bạch tuộc trực tiếp trên lửa cho đến khi có vết nướng đẹp mắt, từ 3 đến 4 phút mỗi mặt, ấn nhẹ vào bạch tuộc để da được giòn. Sắp xếp rau arugula trên đĩa hoặc đĩa và đặt bạch tuộc lên trên. Cho một ít nước sốt ấm, bao gồm một lượng ô liu vừa đủ vào mỗi khẩu phần. Rắc bạc hà, muối và hạt tiêu đen.

e)

CON SÒ

60. bánh nồi hải sản

Thành phần

- 1/2 chén rượu trắng khô
- 1 pound sò biển, cắt làm đôi nếu rất lớn
- 1 củ khoai tây nướng lớn, gọt vỏ và cắt thành viên xúc xắc 1/2 inch
- 3 muỗng canh bơ, làm mềm
- 1/2 chén táo tart gọt vỏ và băm nhỏ
- 1 củ cà rốt lớn, băm nhỏ
- 1 sườn cần tây, băm nhỏ
- 1 củ hành lớn, băm nhỏ
- 1 tép tỏi, băm nhỏ
- 1 1/2 chén nước dùng gà
- 1/4 chén kem nặng
- 2 muỗng canh bột mì đa dụng
- 3/4 muỗng cà phê muối
- 1/2 muỗng cà phê tiêu trắng mới xay Một nhúm ớt cayenne
- 1 pound tôm vừa, bóc vỏ và bỏ chỉ
- 1 chén hạt ngô
- 1 lọ nhỏ (3 1/2 ounce) dải pimiento
- 2 muỗng canh rau mùi tây băm nhỏ
- bánh ngọt dễ vỡ

Hướng

a) Trong một cái chảo không phản ứng trung bình, đun sôi rượu ở nhiệt độ cao. Thêm sò điệp và nấu cho đến khi trong suốt, khoảng 1 phút. Xả sò điệp, đặt chất lỏng. Trong một nồi nước muối sôi vừa khác,

153

nấu khoai tây cho đến khi mềm, từ 6 đến 8 phút; ráo nước và đặt sang một bên.

b) Làm nóng lò ở 425F. Trong một cái chảo lớn, làm tan chảy 2 muỗng canh bơ trên lửa vừa phải. Thêm táo, cà rốt, cần tây và hành tây và nấu cho đến khi hỗn hợp mềm và bắt đầu chuyển sang màu nâu, khoảng 6 phút. Thêm tỏi và nấu thêm 1 phút nữa. Đổ nước dùng gà vào và tăng nhiệt lên cao. Đun sôi cho đến khi phần lớn chất lỏng bay hơi, khoảng 5 phút.

c) Chuyển hỗn hợp táo-rau vào máy xay thực phẩm. Nghiền cho đến khi mịn. Quay trở lại chảo và khuấy trong chất lỏng sò điệp dành riêng và kem nặng.

d) Trong một bát nhỏ, trộn bột mì với 1 thìa bơ còn lại để tạo thành hỗn hợp sệt. Đun kem sò điệp ở nhiệt độ vừa phải. Dần dần đánh trong bơ dán. Đun sôi, đánh cho đến khi

e)

61. Sò điệp nướng sốt tỏi

Thành phần

- 1 1/2 pound sò điệp, cắt làm đôi
- 3 tép tỏi, nghiền
- 1/4 cốc (1/2 que) bơ thực vật, tan chảy
- 10 cái nấm trắng chắc, thái lát
- Rắc nhẹ muối hành
- Một chút ớt tươi xay
- 1/3 chén vụn bánh mì dày dặn
- 1 muỗng cà phê mùi tây tươi băm nhỏ

Hướng

a) Lau sò điệp bằng khăn giấy ẩm. Nghiền tép tỏi và thêm vào bơ thực vật; khuấy đều để hòa quyện. Giữ ấm. Đổ một ít nước sốt tỏi tan chảy vào đáy đĩa nướng; thêm nấm và mùa.

b) Đặt sò điệp lên trên nấm. Dự trữ 1 muỗng canh nước sốt tỏi và rưới phần còn lại lên sò điệp.

c) Rắc vụn bánh mì, mùi tây và nước sốt tỏi dành riêng. Nướng trong lò nướng 375 độ F đã làm nóng trước cho đến khi mặt trên chín vàng và sủi bọt.

62. Sò Provencal

Thành phần

- 2 muỗng cà phê dầu ô liu
- 1 pound sò biển
- 1/2 chén hành tây thái lát mỏng, tách thành các vòng 1 tép tỏi, băm nhỏ
- 1 chén cà chua thường hoặc mận thái hạt lựu
- 1/4 chén ô liu chín xắt nhỏ
- 1 muỗng canh húng quế khô
- 1/4 muỗng cà phê húng tây khô
- 1/8 muỗng cà phê muối
- 1/8 muỗng cà phê tiêu mới xay

Hướng

a) Đun nóng dầu ô liu trong chảo không dính lớn ở nhiệt độ trung bình cao. Thêm sò điệp và xào 4 phút hoặc cho đến khi hoàn thành.

b) Lấy sò điệp ra khỏi chảo bằng thìa có rãnh; đặt sang một bên, và giữ ấm.

c) Thêm hành tây và tỏi vào chảo, xào trong 1-2 phút. Thêm cà chua và các thành phần còn lại và xào 2 phút hoặc cho đến khi mềm.

Rưới nước sốt lên sò điệp

63. Sò Điệp Sốt Bơ Trắng

Thành phần

- 750g (1=lb.) sò điệp
- 1 chén rượu trắng
- 90g(3ozs) đậu tuyết hoặc đậu xanh thái lát mỏng
- một ít hẹ để trang trí
- muối và hạt tiêu mới xay
- một ít nước cốt chanh
- 1 muỗng canh hành lá xắt nhỏ 125g(4ozs)
- bơ cắt miếng

Hướng

a) Sò loại bỏ phần râu sau đó rửa sạch. Cẩn thận gỡ trứng cá ra và đặt trên khăn giấy để làm khô. Nêm với muối và hạt tiêu.

b) Luộc sò điệp và trứng cá trong rượu và nước cốt chanh trong khoảng. 2 phút. Hủy bỏ và giữ ấm. Đậu tuyết thái sợi thả vào nước sôi pha muối 1 phút, vớt ra để ráo, nếu dùng đậu cũng làm tương tự.

c) Thêm hành lá vào nước luộc và giảm xuống còn khoảng 1/2 cốc. Trên lửa nhỏ, thêm từng chút một bơ, đánh bông bơ để tạo thành nước sốt (độ đặc của kem rót).

d) Ăn với bánh mì giòn để chấm nước sốt ngon tuyệt.

HADDOCK

64. Cá tuyết chấm với bơ thảo mộc

Làm cho 4 phần ăn

Thành phần
Bơ thảo mộc:

- 1 chén (2 que) bơ không ướp muối, làm mềm
- ½ chén húng quế đóng gói lỏng lẻo
- ½ chén rau mùi tây đóng gói lỏng lẻo
- ½ củ hẹ
- 1 tép tỏi nhỏ
- ½ muỗng cà phê muối
- 1/8-muỗng cà phê tiêu

Caramen Hành tây:

- 1 muỗng canh bơ
- 2 củ hành lớn, thái lát
- ½ muỗng cà phê muối
- ¼ thìa cà phê tiêu đen mới xay
- 2 muỗng canh lá húng tây tươi, hoặc 1 muỗng cà phê khô
- 2 cân cá tuyết chấm đen
- 3 quả cà chua, thái lát

Hướng

a) Làm bơ thảo mộc bằng cách chế biến bơ mềm, húng quế, rau mùi tây, hẹ tây, tỏi, muối và hạt tiêu cùng nhau.

b) Cho bơ vào một miếng màng bọc thực phẩm và nặn bơ thành khúc gỗ. Bọc nó trong bọc nhựa và làm lạnh hoặc đóng băng. Đun nóng bơ và dầu trong chảo vừa trên lửa vừa và thấp.

c) Thêm hành tây và nấu cho đến khi chúng bắt đầu mềm, thỉnh thoảng khuấy, khoảng 15 phút.

d) Thêm muối và hạt tiêu; tăng nhiệt một chút và nấu cho đến khi có màu vàng nâu, thỉnh thoảng khuấy trong 30 đến 35 phút. Khuấy húng tây.

e) Làm nóng lò nướng ở nhiệt độ 375°. Tra dầu vào chảo 9 x 13 inch.

f) Trải hành tây dưới đáy chảo, sau đó đặt cá tuyết chấm lên trên hành tây.

g) Phủ cá tuyết với cà chua thái lát.

h) Nướng cho đến khi cá tuyết chấm đen vẫn còn một chút mờ đục ở giữa (khoảng 20 phút). Nó sẽ tiếp tục nấu khi bạn lấy nó ra khỏi lò.

i) Cắt bơ thảo mộc thành các huy chương $\frac{1}{4}$ inch và đặt chúng lên trên cà chua và phục vụ.

65. Cajun gia vị cá tuyết

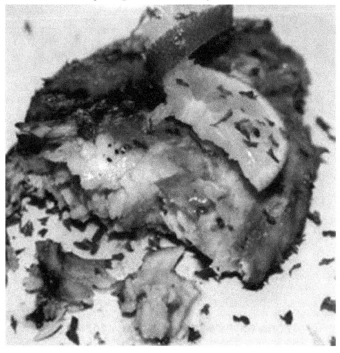

Thành phần

- 1 miếng phi lê cá tuyết
- Bột mì
- 1 muỗng cà phê gia vị Cajun
- 75g dứa thái hạt lựu
- 1 củ hành lá
- 10g hành tím
- 10g ớt đỏ
- 10g dầu ô liu

Hướng

a) Đối với nước xốt salsa, hãy cắt dứa thành những miếng vuông cỡ 1cm, thái nhỏ hành tím, 1 củ hành lá, ớt đỏ đã rang và bỏ vỏ. Thêm dầu và giấm rượu vang đỏ và để trong một cái bát đậy kín ở nhiệt độ phòng trong 1 giờ.

b) Trộn bột với gia vị Cajun và phủ lên miếng cá tuyết chấm đã tẩm gia vị.

c) Chảo chiên cá tuyết chấm đen và phục vụ với sốt salsa.

66. Chowder cá tuyết, tỏi tây và khoai tây

Thành phần

- 1/4 cá tuyết phi lê
- 25g tỏi tây thái lát
- 25g khoai tây thái hạt lựu
- 15g hành tây thái hạt lựu
- kem 250ml
- 100ml nước dùng cá
- Rau mùi tây băm nhỏ

Hướng

a) Xào tỏi tây đã rửa sạch và thái nhỏ.

b) Khi tỏi tây đã mềm, thêm khoai tây và hành tây.

c) Khi rau đã ấm, thêm kem và kho và đun sôi. Vặn nhỏ lửa và thêm cá tuyết chấm đen xắt nhỏ.

d) Đun nhỏ lửa trong 10 phút và thêm rau mùi tây xắt nhỏ khi bạn phục vụ.

67. Cá tuyết hun khói và tương ớt cà chua

Thành phần:

- 3 miếng cá tuyết chấm xông khói 175g
- 30 cốc bánh tart nhỏ làm sẵn

hiếm

- 325g phô mai Cheddar loại mạnh
- 75ml sữa
- 1 lòng đỏ trứng gà
- 1 quả trứng
- 1/2 muỗng canh bột mù tạt
- 30g bột mì
- 1/2 muỗng cà phê sốt Worcester, sốt Tabasco
- 25g vụn bánh mì trắng tươi
- đồ gia vị

Cà chua tương ớt

- 15g củ gừng
- 4 quả ớt đỏ
- 2kg cà chua đỏ
- 500g táo, gọt vỏ và cắt nhỏ
- 200g sultan
- 400g hẹ thái nhỏ
- Muối ăn
- 450g đường nâu
- 570ml giấm mạch nha

Hướng

a) Nêm gia vị kỹ cho cá tuyết chấm và cho vào lò nướng với một ít dầu ô liu và nấu trong khoảng 5–6 phút.

b) Bào phô mai và cho vào chảo cùng với sữa và đun nóng nhẹ trong chảo cho đến khi hòa tan, bắc ra khỏi bếp và để nguội.

c) Thêm toàn bộ quả trứng và lòng đỏ, mù tạt, vụn bánh mì và một chút Worcester và Tabasco, nêm gia vị và để nguội.

d) Đánh vảy cá tuyết để loại bỏ xương và đặt tương ớt vào đáy bánh, trên cùng là cá đã đánh vảy. Làm nóng lò nướng ở nhiệt độ cao và cho cá tuyết chấm đá quý lên trên và đặt dưới vỉ nướng cho đến khi có màu vàng nâu ở trên.

e) Lấy cá tuyết chấm ra khỏi vỉ nướng và dùng ngay.

CÁ HỒI

68. Cá hồi nướng ma thuật

(Làm 1 phần ăn)

Thành phần

- 1 miếng phi lê cá hồi
- 2 muỗng cà phê cá hồi ma thuật
- Bơ không ướp muối, tan chảy

Hướng

a) Làm nóng lò nướng đến 450 F.

b) Chải nhẹ mặt trên và mặt của miếng phi lê cá hồi bằng bơ tan chảy. Chải nhẹ một tấm chảo nhỏ với bơ tan chảy.

c) Nêm phần trên và hai bên của phi lê cá hồi với Salmon Magic. Nếu miếng phi lê dày, hãy dùng thêm một ít Salmon Magic. Ấn gia vị vào nhẹ nhàng.

d) Đặt miếng phi lê lên khay nướng và nướng cho đến khi mặt trên có màu vàng nâu và miếng phi lê vừa chín tới. Để có cá hồi hồng, ẩm, đừng nấu quá chín. Phục vụ ngay lập tức.

e) Thời gian nấu: 4 đến 6 phút.

69.   Cá hồi với lựu và Quinoa

Khẩu phần: 4 khẩu phần

Thành phần

- 4 miếng phi lê cá hồi, bỏ da
- $\frac{3}{4}$ cốc nước ép lựu, không đường (hoặc loại ít đường)
- $\frac{1}{4}$ cốc nước cam, không đường
- 2 muỗng canh mứt cam/mứt
- 2 muỗng canh tỏi, băm nhỏ
- Muối và hạt tiêu cho vừa ăn
- 1 chén quinoa, nấu chín theo gói
- Vài nhánh ngò

Hướng:

a) Trong một bát vừa, kết hợp nước ép lựu, nước cam, mứt cam và tỏi. Nêm muối và hạt tiêu và điều chỉnh khẩu vị theo sở thích.

b) Làm nóng lò ở 400F. Bôi trơn món nướng bằng bơ mềm. Đặt cá hồi lên chảo nướng, chừa khoảng cách 1 inch giữa các miếng phi lê.

c) Nấu cá hồi trong 8-10 phút. Sau đó cẩn thận lấy chảo ra khỏi lò và đổ hỗn hợp lựu vào. Đảm bảo rằng mặt trên của cá hồi được phủ đều hỗn hợp. Đặt lại cá hồi vào lò nướng và nấu thêm 5 phút hoặc cho đến khi nó chín hoàn toàn và hỗn hợp hạt lựu chuyển sang màu vàng óng.

d) Trong khi nấu cá hồi, chuẩn bị quinoa. Đun sôi 2 cốc nước trên lửa vừa và cho quinoa vào. Nấu trong 5-8 phút hoặc cho đến khi nước đã được hấp thụ. Tắt bếp, dùng nĩa đánh tơi hạt quinoa và đậy nắp lại. Để nhiệt còn lại nấu quinoa thêm 5 phút nữa.

e) Chuyển cá hồi tráng men hạt lựu sang đĩa phục vụ và rắc một ít rau mùi tươi cắt nhỏ. Phục vụ cá hồi với quinoa.

70. Cá hồi nướng và khoai lang

Khẩu phần: 4 khẩu phần

Thành phần

- 4 miếng phi lê cá hồi, bỏ da
- 4 củ khoai lang cỡ vừa, gọt vỏ và cắt thành miếng dày 1 inch
- 1 chén bông cải xanh
- 4 muỗng canh mật ong nguyên chất (hoặc xi-rô cây phong)
- 2 muỗng canh mứt cam/mứt
- 1 núm gừng tươi 1 inch, nạo
- 1 muỗng cà phê mù tạt Dijon
- 1 muỗng canh hạt mè, nướng
- 2 muỗng canh bơ không ướp muối, tan chảy
- 2 muỗng cà phê dầu mè
- Muối và hạt tiêu cho vừa ăn
- Hành lá/hành lá, tươi thái nhỏ

Hướng:

a) Làm nóng lò ở 400F. Bôi trơn chảo nướng bằng bơ không muối tan chảy.

b) Đặt khoai lang thái lát và bông cải xanh vào chảo. Nêm nhẹ với muối, hạt tiêu và một muỗng cà phê dầu mè. Hãy chắc chắn rằng các loại rau được phủ nhẹ bằng dầu mè.

c) Nướng khoai tây và bông cải xanh trong 10-12 phút.

d) Trong khi rau vẫn còn trong lò, hãy chuẩn bị men ngọt. Trong một bát trộn, thêm mật ong (hoặc xi-rô phong), mứt cam, gừng nạo, dầu mè và mù tạt.

e) Cẩn thận lấy chảo nướng ra khỏi lò và trải rau sang một bên để nhường chỗ cho cá.

f) Nêm nhẹ cá hồi với muối và hạt tiêu.

g) Đặt phi lê cá hồi vào giữa chảo nướng và đổ men ngọt lên cá hồi và rau.

h) Cho chảo trở lại lò nướng và nấu thêm 8-10 phút hoặc cho đến khi cá hồi chín mềm.

i) Chuyển cá hồi, khoai lang và bông cải xanh ra đĩa đẹp mắt. Trang trí với hạt vừng và hành lá.

71. Cá Hồi Nướng Sốt Đậu Đen

Khẩu phần: 4 khẩu phần

Thành phần

- 4 miếng phi lê cá hồi, bỏ da và xương
- 3 muỗng canh sốt đậu đen hoặc sốt đậu đen tỏi
- ½ chén nước dùng gà (hoặc nước dùng rau thay thế lành mạnh hơn)
- 3 muỗng canh tỏi, băm nhỏ
- 1 núm gừng tươi 1 inch, nạo
- 2 muỗng canh sherry hoặc rượu sake (hoặc bất kỳ loại rượu nấu ăn nào)
- 1 muỗng canh nước cốt chanh, mới vắt
- 1 Muỗng canh nước mắm
- 2 muỗng canh đường nâu
- ½ muỗng cà phê mảnh ớt đỏ
- Lá rau mùi tươi, thái nhỏ
- hành lá như trang trí

Hướng:

a) Mỡ một cái chảo nướng lớn hoặc lót bằng giấy da. Làm nóng lò ở 350F.

b) Kết hợp thịt gà và nước sốt đậu đen trong một bát vừa. Thêm tỏi băm, gừng nạo, rượu sherry, nước cốt chanh, nước mắm, đường nâu và ớt. Trộn kỹ cho đến khi đường nâu tan hoàn toàn.

c) Đổ nước sốt đậu đen lên phi lê cá hồi và để cá hồi hấp thụ hoàn toàn hỗn hợp đậu đen trong ít nhất 15 phút.

d) Chuyển cá hồi vào món nướng. Nấu trong 15-20 phút. Hãy chắc chắn rằng cá hồi không trở nên quá khô trong lò.

e) Ăn với rau mùi và hành lá xắt nhỏ.

72. Cá hồi nướng ớt bột với rau bina

Khẩu phần: 6 khẩu phần

Thành phần

- 6 miếng phi lê cá hồi hồng, dày 1 inch
- $\frac{1}{4}$ cốc nước cam, mới vắt
- 3 muỗng cà phê cỏ xạ hương khô
- 3 muỗng canh dầu ô liu nguyên chất
- 3 muỗng cà phê bột paprika ngọt
- 1 muỗng cà phê bột quế
- 1 muỗng canh đường nâu
- 3 chén lá rau bina .
- Muối và hạt tiêu cho vừa ăn

Hướng:

a) Phết nhẹ một ít ô liu lên mỗi mặt của miếng phi lê cá hồi, sau đó nêm bột ớt bột, muối và tiêu. Đặt sang một bên trong 30 phút ở nhiệt độ phòng. Để cá hồi thấm ớt bột.

b) Trong một bát nhỏ, trộn nước cam, cỏ xạ hương khô, bột quế và đường nâu.

c) Làm nóng lò ở 400F. Chuyển cá hồi vào chảo nướng có lót giấy bạc. Đổ nước xốt vào cá hồi. Nấu cá hồi trong 15-20 phút.

d) Trong một cái chảo lớn, thêm một muỗng cà phê dầu ô liu nguyên chất và nấu rau bina trong vài phút hoặc cho đến khi héo.

e) Phục vụ cá hồi nướng với rau bina ở bên cạnh.

73. Teriyaki cá hồi với rau củ

Khẩu phần: 4 khẩu phần

Thành phần

- 4 miếng phi lê cá hồi, bỏ da và xương
- 1 củ khoai lang lớn (hoặc đơn giản là khoai tây), cắt miếng vừa ăn
- 1 củ cà rốt lớn, cắt miếng vừa ăn
- 1 củ hành trắng lớn, cắt thành nêm
- 3 quả ớt chuông lớn (xanh, đỏ và vàng), xắt nhỏ
- 2 chén bông cải xanh (có thể thay thế bằng măng tây)
- 2 muỗng canh dầu ô liu nguyên chất
- Muối và hạt tiêu cho vừa ăn
- Hành lá, thái nhỏ
- Sốt Teriyaki
- 1 ly nước
- 3 muỗng canh nước tương
- 1 muỗng canh tỏi, băm nhỏ
- 3 muỗng canh đường nâu
- 2 Muỗng canh mật ong nguyên chất
- 2 muỗng canh tinh bột ngô (hòa tan trong 3 muỗng canh nước)
- $\frac{1}{2}$ muỗng canh hạt mè nướng

Hướng:

a) Trong một cái chảo nhỏ, đánh nước tương, gừng, tỏi, đường, mật ong và nước trên lửa nhỏ. Khuấy liên tục cho đến khi hỗn hợp sôi từ từ. Khuấy nước bột ngô và đợi cho đến khi hỗn hợp đặc lại. Thêm hạt vừng và đặt sang một bên.

b) Bôi trơn một đĩa nướng lớn bằng bơ không ướp muối hoặc bình xịt nấu ăn. Làm nóng lò ở 400F.

c) Trong một bát lớn, đổ tất cả các loại rau và rưới dầu ô liu. Trộn đều cho đến khi rau được phủ đều dầu. Nêm hạt tiêu tươi và một chút muối. Chuyển rau vào đĩa nướng. Rải rau sang hai bên và để lại một khoảng trống ở giữa đĩa nướng.

d) Đặt cá hồi vào giữa đĩa nướng. Rưới 2/3 lượng sốt teriyaki lên rau và cá hồi.

e) Nướng cá hồi trong 15-20 phút.

f) Chuyển cá hồi nướng và rau củ nướng ra đĩa phục vụ đẹp mắt. Đổ nước sốt teriyaki còn lại và trang trí với hành lá xắt nhỏ.

74. Mì Cá Hồi Kiểu Á

Khẩu phần: 4 khẩu phần

Thành phần

cá hồi

- 4 miếng phi lê cá hồi, bỏ da
- 2 Muỗng canh dầu mè rang
- 2 Muỗng canh mật ong nguyên chất
- 3 muỗng canh nước tương nhạt
- 2 muỗng canh dấm trắng
- 2 muỗng canh tỏi, băm nhỏ
- 2 muỗng canh gừng tươi, nạo
- 1 muỗng cà phê hạt mè rang
- Hành lá xắt nhỏ để trang trí

Bún gạo

- 1 gói mì gạo châu Á

Nước xốt

- 2 Muỗng canh nước mắm
- 3 muỗng canh nước cốt chanh, mới vắt
- Bột ớt

Hướng:

a) Đối với nước xốt cá hồi, kết hợp dầu mè, nước tương, giấm, mật ong, tỏi băm nhỏ và hạt mè. Đổ vào cá hồi và để cá ướp trong 10-15 phút.

b) Cho cá hồi vào đĩa nướng đã phết nhẹ dầu ô liu. Nấu trong 10-15 phút ở 420F.

c) Trong khi nướng cá hồi, nấu mì gạo theo hướng dẫn trên bao bì. Để ráo nước và chuyển sang bát cá nhân.

d) Pha nước mắm, nước cốt chanh và ớt rồi đổ vào bún.

e) Trên mỗi bát mì là phi lê cá hồi mới nướng. Trang trí với hành lá và hạt vừng.

75. Cá hồi luộc trong nước dùng tỏi cà chua

Máy chủ 4

Thành phần

- 8 tép tỏi
- hẹ
- muỗng cà phê dầu ô liu nguyên chất
- 5 quả cà chua chín
- 1 1/2 chén rượu trắng khô
- 1 ly nước
- 8 nhánh cỏ xạ hương 1/4 muỗng cà phê muối biển
- 1/4 muỗng cà phê tiêu đen tươi
- 4 Phi lê cá hồi Copper River Sockeye dầu truffle trắng (tùy chọn)

Hướng

a) Bóc vỏ và băm nhỏ tép tỏi và hẹ. Trong một đĩa om lớn hoặc chảo xào có nắp, cho dầu ô liu, tỏi và hẹ tây vào. Đổ mồ hôi ở nhiệt độ trung bình thấp cho đến khi mềm, khoảng 3 phút.

b) Cho cà chua, rượu, nước, cỏ xạ hương, muối và hạt tiêu vào chảo và đun sôi. Sau khi đun sôi, giảm nhiệt để đun nhỏ lửa và đậy nắp.

c) Đun nhỏ lửa trong 25 phút cho đến khi cà chua vỡ ra và tiết ra nước. Dùng thìa gỗ hoặc thìa nghiền cà chua thành bột giấy. Đun nhỏ lửa thêm 5 phút nữa cho đến khi nước dùng cạn bớt một chút.

d) Trong khi nước dùng vẫn đang sôi, cho cá hồi vào nước dùng. Chỉ đậy nắp và luộc trong vòng 5 đến 6 phút cho đến khi cá dễ dàng bong ra. Đặt cá vào đĩa và đặt sang một bên. Đặt một cái rây vào một cái bát lớn và đổ nước dùng còn lại vào cái rây. Lọc nước dùng loại bỏ các chất rắn còn lại. Nếm nước dùng và thêm muối và hạt tiêu nếu cần.

e) Khoai tây nghiền bơ đơn giản hoặc thậm chí khoai tây nướng là một món ăn phù hợp với bữa ăn này. Sau đó cho măng tây xào và cá hồi luộc lên trên.

f) Đổ nước dùng đã lọc xung quanh cá hồi. Thêm một giọt dầu truffle trắng nếu muốn. Giao banh.

76. Cá hồi kho

Thành phần

● Thăn cá hồi nhỏ, khoảng 6 ounce

Hướng

a) Cho khoảng nửa inch nước vào một cái chảo nhỏ 5-6 inch, đậy nắp lại, đun nước thật nhỏ lửa, sau đó cho thịt thăn vào đậy nắp trong bốn phút.

b) Thêm bất kỳ loại gia vị nào bạn thích vào cá hồi hoặc nước.

c) Bốn phút để lại trung tâm chưa nấu chín và rất ngon ngọt.

d) Để thịt thăn nguội một chút và cắt thành miếng rộng inch rưỡi.

e) Thêm vào món salad bao gồm rau diếp (bất kỳ loại nào) cà chua ngon, bơ chín đẹp, hành tím, bánh mì nướng và bất kỳ loại nước xốt ngon nào.

77. Cá hồi luộc với Salsa thảo mộc xanh

Khẩu phần: 4 khẩu phần

Thành phần

- 3 chén nước
- 4 túi trà xanh
- 2 miếng phi lê cá hồi lớn (khoảng 350 gram mỗi miếng)
- 4 muỗng canh dầu ô liu nguyên chất
- 3 muỗng canh nước cốt chanh, mới vắt
- 2 muỗng canh mùi tây, tươi xắt nhỏ
- 2 muỗng canh húng quế, tươi xắt nhỏ
- 2 muỗng canh oregano, tươi xắt nhỏ
- 2 muỗng canh hẹ châu Á, tươi xắt nhỏ
- 2 muỗng cà phê lá húng tây
- 2 muỗng cà phê tỏi, băm nhỏ

Hướng:

a) Đun sôi nước trong một cái nồi lớn. Thêm túi trà xanh vào, sau đó tắt bếp.

b) Để túi trà ngâm trong 3 phút. Lấy túi trà ra khỏi nồi và đun sôi nước pha trà. Thêm cá hồi và giảm nhiệt.

c) Luộc phi lê cá hồi cho đến khi chúng trở nên mờ đục ở phần giữa. Nấu cá hồi trong 5-8 phút hoặc cho đến khi chín hoàn toàn.

d) Lấy cá hồi ra khỏi nồi và đặt sang một bên.

e) Cho tất cả các loại rau thơm, dầu ô liu và nước cốt chanh vào máy xay sinh tố hoặc máy xay thực phẩm. Trộn đều cho đến khi hỗn hợp tạo thành một hỗn hợp mịn. Nêm muối và tiêu. Bạn có thể điều chỉnh gia vị khi cần thiết.

f) Dọn cá hồi luộc ra đĩa lớn và phủ lên trên một lớp bột thảo mộc tươi.

78. Salad cá hồi luộc nguội

Năng suất: 2 phần ăn

Thành phần

- 1 muỗng canh cần tây xắt nhỏ

- 1 muỗng canh cà rốt xắt nhỏ

- 2 muỗng canh hành tây băm nhỏ

- 2 cốc nước

- 1 chén rượu trắng

- 1 lá nguyệt quế

- 1½ muỗng cà phê muối

- 1 quả chanh; cắt một nửa

- 2 nhánh mùi tây

- 5 hạt tiêu đen

- Phi lê cá hồi cắt trung tâm 9 ounce

- 4 chén rau bina non; làm sạch

- 1 thìa nước cốt chanh

- 1 muỗng cà phê vỏ chanh xắt nhỏ

- 2 muỗng canh thì là tươi xắt nhỏ

- 2 muỗng canh mùi tây tươi xắt nhỏ

- ½ chén dầu ô liu

- 1½ muỗng cà phê hẹ xắt nhỏ

- 1 muối; nếm thử

- 1 hạt tiêu đen mới xay; nếm thử

Hướng

a) Đặt cần tây, cà rốt, hành tây, rượu, nước, lá nguyệt quế, muối, chanh, rau mùi tây và hạt tiêu vào một cái chảo nông. Đun sôi, giảm nhiệt và cẩn thận đặt các miếng cá hồi vào chất lỏng đang sôi, đậy nắp và đun nhỏ lửa trong 4 phút. Trong khi đó làm nước xốt.

b) Trong một cái bát, trộn nước cốt chanh, vỏ, thì là, rau mùi tây, dầu ô liu, hẹ tây, muối và hạt tiêu. Đổ nước xốt vào chảo hoặc hộp không phản ứng có đáy phẳng và không gian vừa đủ để đặt cá hồi đã nấu chín. Bây giờ lấy cá hồi ra khỏi chảo và cho vào nước xốt. Để nguội trong 1 giờ.

c) Cho rau bina vào một ít nước xốt và nêm muối và hạt tiêu, rồi chia ra hai đĩa phục vụ. Sử dụng thìa có rãnh, đặt cá hồi lên trên rau bina.

79. Xôi cá hồi

Năng suất: 1 phần ăn

Thành phần

- 5 chén dầu Olive

- 2 củ gừng; đập tan

- 1 củ tỏi; đập tan

- 1 bó Hành lá; mảnh

- 4 miếng cá hồi; (6 ounce)

- 2 chén gạo Nhật; hấp

- $\frac{3}{4}$ chén Mirin

- 2 Hành lá; mảnh

- $\frac{1}{2}$ chén anh đào khô

- $\frac{1}{2}$ chén quả việt quất khô

- 1 Tấm rong biển; vỡ vụn

- $\frac{1}{2}$ chén nước cốt chanh

- $\frac{1}{2}$ chén nước dùng cá

- $\frac{1}{4}$ chén rượu đá

- $\frac{3}{4}$ chén dầu hạt nho

- ½ chén ngô sấy khô

Hướng

a) Trong một cái chảo, cho dầu ô liu lên đến 160 độ. Thêm gừng đập dập, tỏi và hành lá. Lấy hỗn hợp ra khỏi bếp và để ngấm trong 2 giờ. Sự căng thẳng.

b) Hấp cơm rồi nêm rượu mirin. Sau khi nguội, trộn trong hành lá thái nhỏ, khô trong chảo. Mang dầu ô liu lên đến 160 độ. Thêm gừng đập dập, tỏi và hành lá. Lấy quả mọng và rong biển.

c) Để làm nước sốt, đun sôi nước cốt chanh, nước kho cá và rượu đá. Tắt bếp và trộn trong dầu hạt nho. Nêm với muối và hạt tiêu.

d) Để luộc cá, cho dầu luộc lên khoảng 160 độ trong một cái chảo sâu lòng. Nêm cá hồi với muối và hạt tiêu rồi nhẹ nhàng nhúng toàn bộ miếng cá vào dầu. Cho phép luộc nhẹ nhàng trong khoảng 5 phút hoặc cho đến khi chín vừa.

e) Trong khi cá đang nấu, bày salad cơm ra đĩa và rưới nước sốt chanh lên. Cho cá đã luộc vào món cơm trộn khi đã luộc xong.

80. Phi lê cá hồi cam quýt

Phục vụ 4 người

Thành phần

- ¾ kg Phi lê cá hồi tươi

- 2 muỗng canh mật ong có hương vị Manuka hoặc mật ong nguyên chất

- 1 muỗng canh nước cốt chanh tươi

- 1 muỗng canh nước cam tươi vắt

- ½ muỗng canh vỏ chanh

- ½ muỗng canh Vỏ cam

- ½ nhúm muối và hạt tiêu

- ½ quả chanh thái lát

- ½ quả cam thái lát

- ½ nắm cỏ xạ hương tươi và các loại thảo mộc siêu nhỏ

Hướng

a) Dùng khoảng 1,5kg + Phi lê cá hồi Regal tươi, còn da, bỏ xương.

b) Thêm cam, chanh, mật ong, muối, tiêu và
   vỏ - trộn đều
c) Nửa giờ trước khi nấu, tráng miếng phi lê
   bằng bàn chải bánh ngọt và cam quýt lỏng.
d) Cam và chanh thái lát mỏng
e) Nướng ở 190 độ trong 30 phút rồi kiểm
   tra, có thể cần thêm 5 phút nữa tùy thuộc
   vào sở thích cá hồi của bạn.
f) Lấy ra khỏi lò và rắc húng tây tươi và các
   loại thảo mộc nhỏ

81. lasagne cá hồi

Phục vụ 4 người

Thành phần

- 2/3 phần Sữa săn trộm

- 2/3 gram tấm lasagne nấu chín

- 2/3 cốc thì là tươi

- 2/3 cốc đậu Hà Lan

- 2/3 cốc Parmesan

- 2/3 viên Mozzarella

- Sốt 2/3

- 2/3 túi cải bó xôi baby

- 2/3 cốc kem

- 2/3 muỗng cà phê Nhục đậu khấu

Hướng

a) Đầu tiên, làm nước sốt béchamel và rau
    bina và luộc cá hồi. Đối với nước sốt

béchamel, đun chảy bơ trong một cái chảo nhỏ. Khuấy bột và nấu trong vài phút cho đến khi sủi bọt, khuấy liên tục.

b) Dần dần thêm sữa ấm, đánh liên tục cho đến khi nước sốt mịn. Đun sôi nhẹ, khuấy liên tục cho đến khi nước sốt đặc lại. Nêm nếm với muối và hạt tiêu.

c) Để làm nước sốt rau bina, cắt và rửa sạch rau bina. Khi nước vẫn còn bám trên lá, cho rau bina vào nồi lớn, đậy nắp và đun nhỏ lửa cho đến khi lá vừa héo.

d) Xả và vắt kiệt nước. Chuyển rau bina vào máy xay sinh tố hoặc máy chế biến thực phẩm, thêm kem và hạt nhục đậu khấu. Xung để kết hợp sau đó mùa với muối và hạt tiêu.

e) Làm nóng lò ở 180 độ C. Mở một món nướng lớn. Nhẹ nhàng luộc cá hồi trong sữa cho đến khi vừa chín tới, sau đó chia thành những miếng vừa ăn. Bỏ sữa.

f) Phủ mỏng 1 chén sốt béchamel lên đáy đĩa nướng.

g) Trải một lớp lasagne chồng lên nhau trên nước sốt, sau đó trải một lớp nước sốt rau bina và đặt đều một nửa miếng cá hồi lên trên. Rắc một ít thì là xắt nhỏ. Thêm một lớp lasagne khác, sau đó thêm một lớp sốt béchamel và rắc lớp này với đậu Hà Lan để tạo lớp phủ thô.

h) Lặp lại các lớp một lần nữa để có lasagne, rau bina và cá hồi, thì là, lasagne, sốt béchamel và sau đó là đậu Hà Lan. Kết thúc bằng một lớp lasagne cuối cùng, sau đó là một lớp sốt béchamel mỏng. Phủ phô mai parmesan bào lên trên và những miếng mozzarella tươi.

i) Nướng lasagne trong 30 phút, hoặc cho đến khi nóng và

82. Phi lê cá hồi Teriyaki

Phục vụ 4 người

Thành phần

- 140 gram 2 x Twin Regal 140g Phần cá hồi tươi

- 1 chén (s) đường caster

- 60ml xì dầu

- 60 ml gia vị mirin

- 60 ml gia vị mirin

- 1 gói mì udon hữu cơ

Hướng

a) Ướp 4 miếng cá hồi Regal tươi 140g với đường cát, nước tương, sốt mirin, trộn đều cả 3 thành phần và để trên cá hồi trong 30 phút.

b) Đun sôi nước và cho mì udon hữu cơ vào đun sôi nhanh trong 10 phút.

c) Cắt hẹ mỏng và đặt sang một bên.

d) Nấu các phần phi lê cá hồi trong chảo ở nhiệt độ trung bình đến cao trong 5 phút rồi lật từ bên này sang bên kia, đổ thêm nước sốt lên trên.

e) Sau khi mì đã sẵn sàng trải ra đĩa, trên cùng với cá hồi

83. Cá hồi da giòn với sốt bạch hoa

Phục vụ 4 người

Thành phần

- 4 phần phi lê cá hồi NZ tươi 140g

- 200ml dầu ôliu cao cấp

- 160 ml Giấm balsamic trắng

- 2 tép tỏi đập giập

- 4 muỗng canh bạch hoa xắt nhỏ

- 4 muỗng canh rau mùi tây xắt nhỏ

- 2 muỗng canh thì là xắt nhỏ

Hướng

a) Lăn phi lê cá hồi trong 20ml dầu ô liu và nêm muối tiêu.

b) Nấu ở nhiệt độ cao bằng chảo chống dính trong 5 phút, lật từ trên xuống dưới và từ bên này sang bên kia.

c) Cho các nguyên liệu còn lại vào tô và đánh nhuyễn, đây là nước sốt của bạn, sau khi cá hồi chín, dùng thìa phết nước sốt lên miếng phi lê, mặt da hướng lên trên.

d) Phục vụ với lê, quả óc chó, halloumi và xà lách tên lửa

84. Phi lê cá hồi với trứng cá muối

Phục vụ 4 người

Thành phần

- 1 muỗng cà phê muối

- 1 lát chanh

- 10 củ hẹ (hành tây) bóc vỏ

- 2 muỗng canh dầu đậu nành (dùng thêm để đánh răng)

- 250 gram Cà chua bi cắt đôi

- 1 ớt xanh nhỏ thái lát mỏng

- 4 thìa nước cốt chanh

- 3 muỗng canh Nước mắm

- 1 muỗng canh Đường

- 1 nắm nhánh rau mùi

- 1 1/2kg Phi lê cá hồi tươi c/con b/out

- 1 hũ trứng cá hồi (Caviar)

- 3/4 quả dưa chuột gọt vỏ, bổ đôi theo chiều dọc, bỏ hạt và thái lát mỏng

Hướng

a) Làm nóng lò ở 200 độ C, cho dưa chuột đã thái lát vào bát sứ, cùng với muối, để riêng trong 30 phút để dưa ngấm.

b) Cho hẹ vào đĩa rang nhỏ, thêm dầu đậu nành, trộn đều và cho vào lò nướng trong 30 phút, cho đến khi hẹ mềm và chín vàng.

c) Lấy ra khỏi lò và để nguội, đồng thời rửa sạch dưa chuột muối, dưới nhiều vòi nước lạnh, sau đó vắt khô thành từng nắm và cho vào bát.

d) Làm nóng lò nướng ở nhiệt độ rất nóng, cắt đôi hẹ và cho vào dưa chuột.

e) Cho cà chua, ớt, nước cốt chanh, nước mắm, đường, nhánh ngò và dầu mè vào trộn đều.

f) Hương vị - nếu cần điều chỉnh độ ngọt, với đường và nước cốt chanh - để qua một bên.

g) Đặt cá hồi lên giấy nướng đã thấm dầu, phết dầu đậu nành lên trên cá hồi, nêm muối và tiêu, đặt vào vỉ nướng trong 10 phút hoặc cho đến khi vừa chín và có màu vàng nhạt.

h) Lấy ra khỏi lò, bày lên đĩa, rắc hỗn hợp cà chua và dưa chuột và một thìa trứng cá hồi.

i) Ăn kèm chanh và cơm

85. Cá hồi nướng cá cơm

Năng suất: 4 phần ăn

Nguyên liệu

- 4 Cá hồi bít tết

- Nhánh mùi tây

- Nêm chanh ---bơ cá cơm----

- 6 Phi lê cá cơm

- 2 muỗng canh Sữa

- 6 muỗng canh Bơ

- 1 giọt sốt Tabasco

- Tiêu

Hướng

a) Làm nóng vỉ nướng trước ở nhiệt độ cao. Bôi dầu lên giá nướng và đặt từng miếng bít tết để đảm bảo nhiệt đều. Đặt một núm nhỏ Bơ cá cơm (chia một phần tư hỗn hợp làm bốn) lên mỗi miếng bít tết. Nướng trong 4 phút.

b) Lật miếng bít tết bằng một lát cá và đặt một phần tư bơ khác vào giữa các miếng bít tết. Nướng mặt thứ hai trong 4 phút. Giảm nhiệt và để nấu thêm 3 phút nữa, ít hơn nếu bít tết mỏng.

c) Phục vụ với một miếng bơ cá cơm được sắp xếp gọn gàng trên mỗi miếng bít tết.

d) Trang trí với nhánh rau mùi tây và chanh.

e) Bơ cá cơm: Ngâm tất cả phi lê cá cơm trong sữa. Nghiền trong bát bằng thìa gỗ cho đến khi có dạng kem. Kem tất cả các thành phần với nhau và làm lạnh.

f) Máy chủ 4.

86.   Cá hồi nướng khói BBQ

Năng suất: 4 phần ăn

Nguyên liệu

- 1 thìa cà phê vỏ chanh nạo

- ¼ chén nước cốt chanh

- 1 muỗng canh Dầu thực vật

- 1 muỗng cà phê mù tạt Dijon

- 1 nhúm tiêu

- 4 miếng bít tết cá hồi, dày 1 inch [1-1/2 lb.]

- ⅓ chén vừng rang

Hướng

a) Trong đĩa nông, kết hợp vỏ chanh và nước trái cây, dầu, mù tạt và hạt tiêu; thêm cá, chuyển sang áo khoác. Đậy nắp và ướp ở nhiệt độ phòng trong 30 phút, thỉnh thoảng trở mặt.

b) Để ướp, vớt cá ra; rắc hạt vừng. Đặt trên vỉ nướng mỡ trực tiếp trên lửa vừa. Thêm dăm gỗ ngâm.

c) Đậy nắp và nấu, lật và phết nửa chừng nước xốt, trong 16-20 phút hoặc cho đến khi cá bong ra dễ dàng khi thử bằng nĩa.

87. Cá hồi nướng than và đậu đen

Năng suất: 4 phần ăn

Nguyên liệu

- ½ pound Đậu đen; ướt sũng

- 1 củ hành tây nhỏ; băm nhỏ

- 1 củ cà rốt nhỏ

- ½ sườn cần tây

- 2 lạng thịt nguội; băm nhỏ

- 2 quả ớt Jalapeno; gốc và thái hạt lựu

- 1 tép tỏi

- 1 lá nguyệt quế; gắn liền với

- 3 nhánh cỏ xạ hương

- 5 chén nước

- 2 tép tỏi; băm nhỏ

- ½ muỗng cà phê hạt tiêu nóng

- ½ quả chanh; nước trái cây

- 1 quả chanh; nước trái cây

- ⅓ chén dầu ô liu

- 2 thìa húng quế tươi; băm nhỏ

- Bít tết cá hồi 24 ounce

Hướng

a) Cho đậu, hành tây, cà rốt, cần tây, giăm bông, ớt jalapenos, tỏi nguyên tép, lá nguyệt quế với húng tây và nước vào một cái chảo lớn. Đun nhỏ lửa cho đến khi đậu mềm, khoảng 2 giờ, thêm nước khi cần thiết để đậu ngập mặt.

b) Vớt cà rốt, cần tây, rau thơm và tỏi ra, để ráo nước nấu còn lại. Quăng đậu với tỏi băm nhỏ, ớt cay và nước cốt của ½ quả chanh. Để qua một bên.

c) Trong khi nấu đậu, kết hợp nước ép của cả quả chanh, dầu ô liu và lá húng quế. Đổ bít tết cá hồi lên và để trong tủ lạnh trong 1 giờ. Nướng cá hồi trên ngọn lửa cao vừa phải trong 4-5 phút mỗi mặt, phết một ít nước xốt mỗi phút. Phục vụ mỗi bít tết với một phần đậu.

88. Cá hồi Alaska nướng pháo

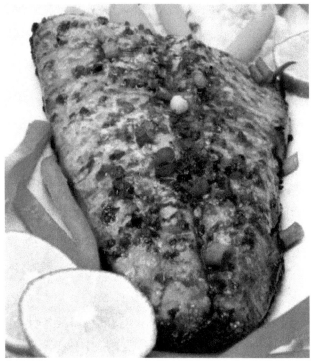

Năng suất: 4 phần ăn

Nguyên liệu

- 4 6 ao xơ. bít tết cá hồi
- $\frac{1}{4}$ chén dầu đậu phộng
- 2 muỗng canh nước tương
- 2 muỗng canh giấm Balsamic
- 2 muỗng canh Hành lá xắt nhỏ
- $1\frac{1}{2}$ muỗng cà phê Đường nâu
- 1 tép tỏi, băm nhỏ
- $\frac{3}{4}$ thìa cà phê gừng tươi bào sợi
- $\frac{1}{2}$ muỗng cà phê mảnh ớt đỏ, hoặc nhiều hơn để
- Nếm
- $\frac{1}{2}$ muỗng cà phê dầu mè
- $\frac{1}{8}$ muỗng cà phê muối

Hướng

a) Đặt bít tết cá hồi vào đĩa thủy tinh. Đánh đều các thành phần còn lại và đổ lên cá hồi.

b) Dùng màng bọc thực phẩm bọc lại và ướp trong tủ lạnh từ 4 đến 6 tiếng. Làm nóng vỉ nướng. Vớt cá hồi ra khỏi nước xốt, phết dầu lên vỉ nướng rồi đặt cá hồi lên vỉ nướng.

c) Nướng trên lửa vừa trong 10 phút cho mỗi inch độ dày, đo ở phần dày nhất, lật nửa chừng khi nấu hoặc cho đến khi cá chỉ bong ra khi thử bằng nĩa.

89. Cá hồi nướng chớp nhoáng

Năng suất: 1 phần ăn

Nguyên liệu

- 3 lạng cá hồi

- 1 muỗng canh dầu ô liu

- $\frac{1}{2}$ quả chanh; nước trái cây của

- 1 muỗng cà phê hẹ

- 1 muỗng cà phê mùi tây

- 1 muỗng cà phê tiêu xay tươi

- 1 muỗng canh nước tương

- 1 muỗng canh xi-rô cây thích

- 4 Lòng đỏ trứng

- $\frac{1}{4}$ panh Nước kho cá

- $\frac{1}{4}$ lít Rượu trắng

- 125 ml Kem đôi

- Hẹ

- Mùi tây

Hướng

a) Cắt lát mỏng cá hồi và cho vào hộp đựng
    dầu ô liu, xi-rô phong, nước tương, hạt
    tiêu và nước cốt chanh trong 10-20 phút.

b) Sabayon: Đánh trứng qua bain marie.
    Giảm rượu trắng và nước kho cá trong
    chảo. Thêm hỗn hợp vào lòng trắng trứng
    và đánh bông. Thêm kem, vẫn đánh kem.

c) Đặt những lát cá hồi mỏng lên đĩa phục
    vụ và rưới lên một ít sabayon. Đặt dưới vỉ
    nướng chỉ trong 2-3 phút.

d) Dọn ra và dùng ngay với một ít hẹ và rau
    mùi tây.

e)

90. Pasta mực cá hồi nướng

Năng suất: 1 phần ăn

Nguyên liệu

- 4 quả 200 g; (7-8oz) miếng phi lê cá hồi

- Muối và tiêu

- 20 ml Dầu thực vật; (3/4oz)

- Dầu ô liu để chiên

- 3 tép tỏi băm nhuyễn

- 3 Cà chua thái nhỏ

- 1 củ hành lá thái nhỏ

- đồ gia vị

- 1 bông cải xanh

Hướng

a) Mì ống: bạn có thể mua gói mực từ một người bán cá giỏi ... hoặc sử dụng loại mì ống yêu thích của bạn

b) Làm nóng lò trước ở nhiệt độ 240øC/475øF/khí gas 9.

c) Nêm các miếng phi lê cá hồi với muối và hạt tiêu. Làm nóng chảo chống dính, sau đó cho dầu ăn vào. Cho cá hồi vào chảo và áp chảo mỗi bên trong 30 giây.

d) Cho cá vào khay nướng, nướng khoảng 6-8 phút đến khi cá bong vảy nhưng vẫn còn một chút hồng ở giữa. Để yên trong 2 phút.

e) Chuyển cá sang đĩa ấm và rưới nước sốt lên.

f) Nấu bông cải xanh với mì ống trong khoảng 5 phút.

g) Đổ một ít dầu vào chảo, thêm tỏi, cà chua và hành lá. Chiên lửa nhỏ trong 5 phút, cho bông cải vào phút cuối.

91. Cá hồi nướng mỡ hành

LÀM TỪ 8 ĐẾN 10 PHẦN PHỤC VỤ

Thành phần

- 2 chén dăm gỗ cứng, ngâm trong nước
- 1 con cá hồi Na Uy nuôi lớn (khoảng 3 pound), bỏ xương
- 3 chén nước muối hút thuốc, được làm bằng rượu vodka
- $\frac{3}{4}$ cốc thuốc lá chà
- 1 muỗng canh thì là khô
- 1 muỗng cà phê bột hành
- 2 củ hành đỏ lớn, cắt thành những viên tròn dày 2 inch
- $\frac{3}{4}$ chén dầu ôliu nguyên chất 1 bó thì là tươi
- Vỏ bào nhuyễn 1 quả chanh 1 tép tỏi, băm nhuyễn
- Muối thô và tiêu đen xay

Hướng

a) Cho cá hồi vào túi có khóa kéo jumbo (2 gallon). Nếu bạn chỉ có túi 1 gallon, hãy cắt cá làm đôi và sử dụng hai túi. Thêm nước muối vào (các) túi, ép không khí ra ngoài và bịt kín. Làm lạnh trong 3 đến 4 giờ.

b) Trộn tất cả, trừ 1 thìa hỗn hợp chà bông với bột thì là và hành khô rồi để sang một bên. Ngâm các lát hành tây trong nước đá. Làm nóng vỉ nướng ở nhiệt độ thấp gián tiếp, khoảng 225iF, có khói. Để ráo dăm gỗ và cho vào vỉ nướng.

c) Lấy cá hồi ra khỏi nước muối và thấm khô bằng khăn giấy. Loại bỏ nước muối. Phết cá với 1 muỗng canh dầu và rắc mặt thịt với chà bông thì là khô trong đó.

d) Nhấc hành tây ra khỏi nước đá và lau khô. Phủ 1 muỗng canh dầu và rắc 1 muỗng canh còn lại. Đặt cá và hành tây sang một bên để nghỉ ngơi trong 15 phút.

e) Chải vỉ nướng và chà kỹ bằng dầu. Đặt mặt cá hồi, úp mặt thịt xuống, trực tiếp trên lửa và nướng trong 5 phút cho đến khi bề mặt có màu nâu vàng. Sử dụng một thìa cá lớn hoặc hai thìa thông thường, lật mặt da cá xuống và đặt trên vỉ nướng cách xa ngọn lửa. Đặt các lát hành tây trực tiếp trên lửa.

245

f) Đóng vỉ nướng và nấu cho đến khi cá hồi săn chắc bên ngoài nhưng không bị khô và đàn hồi ở giữa, khoảng 25 phút. Khi hoàn thành, hơi ẩm sẽ chảy qua bề mặt khi cá được ấn nhẹ. Nó không nên bong ra hoàn toàn dưới áp lực.

g) Đảo hành một lần trong thời gian nấu.

h)

92.   Cá hồi ván tuyết tùng

Thành phần

- 1 tấm ván tuyết tùng chưa qua xử lý (khoảng 14" x 17" x 1/2")
- 1/2 chén sốt Ý
- 1/4 chén mặt trời xắt nhỏ-cà chua khô
- 1/4 chén húng quế tươi xắt nhỏ
- 1 (2-pound) phi lê cá hồi (dày 1 inch), bỏ da

Hướng

a) Ngâm hoàn toàn tấm ván tuyết tùng trong nước, đặt một vật nặng lên trên để giữ cho tấm ván được che phủ hoàn toàn. Ngâm ít nhất 1 giờ.

b) Làm nóng lò nướng ở mức trung bình-nhiệt độ cao.

c) Trong một cái bát nhỏ, kết hợp nước sốt, mặt trời-cà chua khô và húng quế; để qua một bên.

d) Lấy tấm ván ra khỏi nước. Đặt cá hồi lên tấm ván; đặt trên vỉ nướng và đóng nắp.

Nướng 10 phút rồi phết cá hồi với hỗn hợp nước sốt. Đóng nắp và nướng thêm 10 phút nữa hoặc cho đến khi cá hồi dễ dàng bong ra bằng nĩa.

93. cá hồi xông khói tỏi

Máy chủ 4

Thành phần

- 1 1/2 cân Anh. phi lê cá hồi
- muối và hạt tiêu để nếm 3 tép tỏi, băm nhỏ
- 1 nhánh thì là tươi, xắt nhỏ 5 lát chanh
- 5 nhánh thì là tươi
- 2 củ hành xanh, xắt nhỏ

Hướng

a) Chuẩn bị người hút thuốc đến 250 ° F.

b) Xịt hai miếng giấy nhôm lớn bằng bình xịt nấu ăn.

c) Đặt phi lê cá hồi lên trên một miếng giấy bạc. Rắc cá hồi với muối, hạt tiêu, tỏi và thì là xắt nhỏ. Xếp các lát chanh lên trên miếng phi lê và đặt một nhánh thì là lên trên mỗi lát chanh. Rắc phi lê với hành lá.

d) Hút thuốc trong khoảng 45 phút.

94.   Cá Hồi Nướng Đào Tươi

Khẩu phần: 6 khẩu phần

Thành phần

- 6 miếng phi lê cá hồi, dày 1 inch

- 1 quả đào thái lát lon lớn, nhiều loại xi-rô nhẹ

- 2 muỗng canh đường trắng

- 2 muỗng canh nước tương nhạt

- 2 muỗng canh mù tạt Dijon

- 2 muỗng canh bơ không ướp muối

- 1 núm gừng tươi 1 inch, nạo

- 1 muỗng canh dầu ô liu, loại đặc biệt

- Muối và hạt tiêu cho vừa ăn

- rau mùi tươi xắt nhỏ

Hướng:

a) Để ráo những quả đào đã thái lát và dự trữ khoảng 2 muỗng canh xi-rô nhẹ. Cắt đào thành miếng vừa ăn.

b) Đặt phi lê cá hồi vào một món nướng lớn.

c) Trong một cái chảo vừa, thêm xi-rô đào dành riêng, đường trắng, nước tương, mù tạt Dijon, bơ, dầu ô liu và gừng vào. Tiếp tục khuấy trên lửa nhỏ cho đến khi hỗn hợp đặc lại một chút. Thêm muối và hạt tiêu theo khẩu vị.

d) Tắt lửa và phết một ít hỗn hợp vào miếng phi lê cá hồi bằng cách dùng chổi phết.

e) Cho những quả đào đã thái lát vào chảo và tráng kỹ bằng men. Đổ đào tráng men lên cá hồi và trải đều.

f) Nướng cá hồi trong khoảng 10-15 phút ở 420F. Cẩn thận quan sát cá hồi để món ăn không bị cháy.

g) Rắc một ít rau mùi tươi cắt nhỏ trước khi phục vụ.

95. Cá hồi hun khói và phô mai kem trên bánh mì nướng

Khẩu phần: 5 khẩu phần

Thành phần

- 8 lát bánh mì Pháp hoặc bánh mì lúa mạch đen

- ½ chén pho mát kem, làm mềm

- 2 muỗng canh hành trắng, thái lát mỏng

- 1 chén cá hồi hun khói, thái lát

- ¼ chén bơ, loại không ướp muối

- ½ muỗng cà phê gia vị Ý

- Lá thì là, thái nhỏ

- Muối và hạt tiêu cho vừa ăn

Hướng:

a) Trong một chảo nhỏ, làm tan bơ và dần dần thêm gia vị Ý. Phết hỗn hợp vào các lát bánh mì.

b) Nướng chúng trong vài phút bằng máy nướng bánh mì.

c) Phết một ít pho mát kem lên bánh mì nướng. Sau đó cho cá hồi hun khói và hành tím thái mỏng lên trên. Lặp lại quá trình cho đến khi tất cả các lát bánh mì nướng được sử dụng.

d) Chuyển sang đĩa phục vụ và trang trí lá thì là thái nhỏ lên trên.

96. Gỏi cá hồi nướng gừng

Năng suất: 4 phần ăn

Thành phần

- ¼ cốc sữa chua nguyên chất không béo

- 2 muỗng canh gừng tươi thái nhỏ

- 2 tép tỏi, thái nhỏ

- 2 thìa nước cốt chanh tươi

- 1 muỗng canh vỏ chanh tươi

- 1 thìa mật ong

- 1 muỗng canh dầu hạt cải

- ½ muỗng cà phê muối

- ½ muỗng cà phê tiêu đen xay tươi

- 1¼ pound Phi lê cá hồi, dày 1 inch, cắt thành 4 miếng, bỏ da, bỏ xương

- Salad cải xoong và gừng ngâm

- Nêm chanh để trang trí

Hướng:

a) Trong một cái bát nhỏ, trộn đều sữa chua, gừng, tỏi, nước cốt chanh, vỏ chanh, mật ong, dầu, muối và hạt tiêu.

b) Đặt cá hồi vào một đĩa thủy tinh cạn và đổ nước xốt lên trên, lật cá hồi để phủ đều các mặt. Đậy nắp và ướp trong tủ lạnh từ 20 đến 30 phút, quay một hoặc hai lần.

c) Trong khi đó, chuẩn bị lửa than hoặc làm nóng lò nướng gas. (Không sử dụng chảo nướng; cá hồi sẽ bị dính.) 3. Dùng bàn chải nướng cán dài, quét dầu lên giá nướng.

d) Đặt cá hồi, mặt da lên trên vỉ nướng. Nấu trong 5 phút. Sử dụng 2 thìa kim loại, cẩn thận lật miếng cá hồi và nấu cho đến khi ở giữa có màu đục, lâu hơn từ 4 đến 6 phút. Với 2 thìa, lấy cá hồi ra khỏi vỉ nướng. Trượt khỏi da.

e) Trộn salad cải xoong với nước sốt và chia thành 4 đĩa. Trên cùng với một miếng cá hồi nướng. Trang trí với nêm chanh. Phục vụ ngay lập tức.

97. Cá hồi nướng với salad thì là

Năng suất: 2 phần ăn

Nguyên liệu

- 2 miếng phi lê cá hồi 140 g

- 1 củ thì là; thái lát mỏng

- ½ quả lê; thái lát mỏng

- Vài miếng quả óc chó

- 1 nhúm hạt bạch đậu khấu nghiền

- 1 quả Cam; phân đoạn, nước trái cây

- 1 bó Rau mùi; băm nhỏ

- 50 gram Nhẹ fromage frais

- 1 nhúm bột quế

- Muối đá và hạt tiêu đen xay

Hướng:

a) Nêm cá hồi với muối và hạt tiêu và nướng dưới vỉ nướng.

b) Trộn lê với thì là và nêm nhiều hạt tiêu đen, bạch đậu khấu và quả óc chó.

c) Xay nước cam và vỏ với pho mát và thêm một ít quế. Đặt một đống thì là vào giữa đĩa và buộc cá hồi lên trên. Trang trí bên ngoài đĩa bằng các múi màu cam và rắc thêm fromage frais màu cam.

d) Cây thì là làm giảm tác dụng độc tố của rượu trong cơ thể, và là một chất tiêu hóa tốt.

98. Cá hồi nướng với khoai tây và cải xoong

Năng suất: 6 phần ăn

Nguyên liệu

- 3 pound Da nhỏ màu đỏ mỏng

- Những quả khoai tây

- 1 chén hành tím thái lát mỏng

- 1 chén giấm gạo gia vị

- Khoảng 1/2-pound cải xoong

- Rửa sạch và giòn

- 1 miếng phi lê cá hồi, khoảng 2 lbs.

- 1 muỗng canh nước tương

- 1 muỗng canh đường nâu đóng gói chắc chắn

- 2 chén dăm gỗ Alder hoặc mesquite

- ngâm trong nước

- Muối ăn

Hướng:

a) Trong chảo 5 đến 6 lít, đun sôi khoảng 2 lít nước ở nhiệt độ cao; thêm khoai tây. Đậy nắp và đun trên lửa nhỏ cho đến khi khoai tây mềm khi đâm, 15 đến 20 phút. Xả và làm lạnh.

b) Ngâm hành tây khoảng 15 phút trong nước lạnh để đậy nắp. Để ráo và trộn hành tây với giấm gạo. Cắt khoai tây làm tư; thêm vào hành tây.

c) Cắt bớt các nhánh cải xoong non khỏi thân, sau đó thái nhỏ phần thân của món ăn vừa đủ để tạo thành $\frac{1}{2}$ cốc (loại bỏ phần thừa hoặc để dành cho các mục đích sử dụng khác). Trộn thân cây đã cắt nhỏ trên đĩa hình bầu dục lớn với salad khoai tây bên cạnh; đậy nắp và giữ mát. Rửa sạch cá hồi và lau khô. Đặt mặt da úp xuống trên một tờ giấy bạc nặng. Cắt giấy bạc để theo đường viền của cá, để lại đường viền 1 inch.

d) Gấp mép giấy bạc sao cho khít với mép cá. Trộn nước tương với đường nâu và phết lên miếng phi lê cá hồi.

e) Đặt cá lên giữa vỉ nướng, không đặt trên than hoặc lửa. Đậy nắp thịt nướng (mở lỗ thông hơi cho than) và nấu cho đến khi cá vừa mờ đục ở phần dày nhất (cắt để kiểm tra), 15 đến 20 phút. Chuyển cá sang đĩa với salad. Thêm muối cho vừa ăn. Phục vụ nóng hoặc lạnh.

CÁ KIẾM

99. cá kiếm vừng

Máy chủ 4

Nguyên liệu

- 1/2 cốc nước cam tươi
- 2 muỗng canh nước tương
- 2 muỗng cà phê dầu mè
- 2 muỗng cà phê gừng tươi nạo
- 4 (6-ounce) bít tết cá kiếm
- 1 (11-ounce) lon quýt, để ráo nước
- 1 muỗng canh hạt mè, nướng

Hướng

a) Cho nước cam, nước tương, dầu mè và gừng vào một chiếc túi nhựa lớn có thể khóa lại được; thêm cá, đóng túi và ướp trong tủ lạnh trong 30 phút. Lấy cá ra khỏi nước xốt, để dành nước xốt.

b) Làm nóng lò nướng ở mức trung bình-nhiệt độ cao.

c) Xếp cá lên vỉ nướng đã thoa dầu. Nướng cá từ 6 đến 7 phút mỗi mặt hoặc cho đến khi cá dễ dàng bong ra bằng nĩa.

d) Trong khi đó, cho nước xốt đã để sẵn vào nồi và đun sôi ở nhiệt độ cao. Đun sôi cho đến khi giảm và đặc lại. Thêm cam quýt và đổ lên cá kiếm.

e) Rắc hạt vừng và phục vụ.

100. Bít tết cá kiếm cay

Nguyên liệu

- 4 (4 oz.) Bít tết cá kiếm
- 1/4 muỗng cà phê Cayenne, húng tây và oregano
- 2 muỗng canh ớt bột
- 2 muỗng canh Margarine hoặc bơ (tan chảy)
- 1/2 muỗng cà phê muối, tiêu, hành và tỏi bột

Hướng

a) Đối với món khai vị, hãy cắt bít tết cá kiếm thành những dải nhỏ. Đối với bữa ăn, hãy để nguyên miếng bít tết cá kiếm. Trộn tất cả các mùa lại với nhau. Nhúng cá vào bơ đun chảy. Bọc cả hai mặt với gia vị. Đặt trên vỉ nướng.

b) Nấu khoảng 4 phút; trở và nấu thêm khoảng 4 phút nữa hoặc cho đến khi cá săn chắc và bong vảy. Làm cho 4 phần ăn.

PHẦN KẾT LUẬN

Thủy sản là một trong những mặt hàng thực phẩm được giao dịch nhiều, cung cấp thực phẩm thiết yếu cho địa phương và chiếm tỷ trọng lớn trong nền kinh tế của nhiều quốc gia. Cá có vây và động vật có vỏ là hai loại cá chính bao gồm cá thịt trắng, cá nhiều dầu, động vật thân mềm và động vật giáp xác.

Hải sản đã được coi là một nguồn tuyệt vời của các hợp chất dinh dưỡng khác nhau như protein, chất béo lành mạnh (axit béo không bão hòa đa đặc biệt là omega-3 và omega-6), iốt, vitamin D, canxi, v.v. và những hợp chất này có tác dụng phòng ngừa nhiều bệnh tim. và rối loạn tự miễn dịch.

CPSIA information can be obtained
at www.ICGtesting.com
Printed in the USA
LVHW080713140223
739387LV00009B/975